ધ સરપ્રાઈઝ

(વાર્તાસંગ્રહ)

નટવર મહેતા

સામગ્રી

પ્રસ્તાવના

નટવર મહેતા "ધ સપ્રાઈઝ" નામનું પુસ્તક લઈને આવી રહ્યાં છે. લેખક દુનિયાની સહુથી મોટામાં મોટી કોસ્મેટિક કંપની લો'રિયાલમાં પ્રોજેક્ટ લિડરની સેવા છેલ્લા વીસ વરસથી બજાવી રહ્યા છે. મુખ્યત્વે પેકેજ કોમ્પેટિબિલીટી અને એરોસોલ-સંશોધન અંગેની કામગીરી કરે છે. અને સાથે સાથે ઘણા વરસોથી અવિરત પણે સાહિત્યમાં પોતાની કલમ ચાલાવી રહ્યાં છે. લખવું તેમનો પહેલો શોખ છે. અત્યાર સુધીમાં અનેક પેપર અને મેગેઝીનમાં તેમની ક્રતિઓ પ્રગટ થઈ છે. તેમનાં લખાણને સતત લોકોનાં હકારાત્મક અભિપ્રાય મળ્યાં છે, આ અભિપ્રાય તેમને વધુ લખવા માટે પ્રેરણા પૂરી પાડી રહ્યા છે. તેઓ અત્યાર સુધીમાં અનેક વાર્તા, કવિતા અને લેખ લખી ચૂક્યાં છે.

આ પુસ્તકમાં કેટલીક વાર્તાઓ લખાયેલી છે. દરેક વાર્તા હૈયાને ટચ કરી જાય એવી રીતે સરળ શબ્દોમાં ચોટદાર રીતે લખાયેલ છે. દરેક વાર્તા કંઈકને કંઈક બોધ આપી જાય છે. આપણી આસપાસ જિવાતી જિંદગીઓ પર પ્રકાશ પાડવાનો કલાત્મક રીતે અહીં સફળ પ્રયોગ થયો છે. આ પ્રકારની વાર્તાઓ લખવાની જરૂરી છે, હાલ ગુજરાતી સાહિત્યમાં આ પ્રકારના લખાણની ખાસ જરૂર છે. બિનજરૂરી શબ્દ પ્રયોગ વગર નટવર ભાઈએ આ પુસ્તકમાં વાર્તાઓનું સુંદર રીતે સર્જન કર્યું છે. દરેક વાર્તામાં દમ છે! વાચકોને જકડી રાખે એટલી તાકાત સહજ રીતે દેખાય છે. જે વ્યક્તિ આ પુસ્તક એક વખત હાથમાં પકડશે એ વ્યક્તિ આખું પુસ્તક વાંચ્યાં વગર છોડી જ નહીં શકે. કારણ કે આ પુસ્તકમાં સંગ્રહિત વાર્તાઓ ખૂબ મજેદાર છે !

સંજય શિયાદ "ફના"

1
ગંગાબા

"હલ્લો....! અમી...! ઈસ યોર મધર ઈન લૉ અટ યોર હોમ?' અમીના સેલફોન પર ગીતા મેનનનો ફોન આવ્યો.

'નો...! કેમ...?'

'શી આસ નોટ હીયર..!' લગભગ રડી પડતાં ગીતા બોલી, વ'વહેર ઈસ શી...!'

હવે ડરવાનો વારો હતો અમીનો. અમીના સિત્તેરેક વરસના સાસુ ગંગાબા ગીતાની છોકરીનું છેલ્લા ચારેક વરસથી બેબી-સિટીંગ કરતાં હતાં. એ ગુમ થયાં હતાં, ગીતાના ઘરથી. સાવ અચાનક જ!

'વ્હોટ?' અમીના હૃદયના ધબકારા વધી ગયા.

'હા, હું જોબ પરથી ઘરે આવી ત્યારે શી વોઝ મિસિંગ...! કોઈ બીજ જ વુમન મારે ઘરે હતી અને એને તારી સાસુએ એક વીક માટે હાયર કરી હતી. એન્ડ શી ઈસ નોટ હિઅર..! વ્હોટ ઈસ ધીસ?' જરાક ગુસ્સે થઈ જતાં ગીતા બોલી. 'આઈ એમ સોરી..!'

એક ઊંડો શ્વાસ લઈ અમી બોલી, 'આઈ એમ કન્ફ્યુસ્ડ. મારી સાસુએ અમને કંઈ જ કહ્યું નથી... લેટ મી ટોક ટુ માય હસબન્ડ. આઈ વીલ કોલ યુ લેટર.'

અમીએ તરત એના પતિ આકાશને ફોન જોડ્યો. ગુસ્સાથી એનું માથું ફાટફાટ થતું હતું. 'હલ્લો... આકાશ...! યોર સ્ટુપિડ મોમ રેન અવે. તારી ગંગાબા ભાગી ગઈ...!'

'વ્હો...ઓ.. ઓ.. ઓ.. ટ !' આકાશ પણ ચમક્યો. 'વ્હોટ ડીડ યુ સે...?'

'સ્ટુપિડ ઓલ્ડ લેડી..!' ગુસ્સાથી અમી ચીખી. 'ત્યાં લિકર સ્ટોર પર બેસી તું વ્હો ઓ ઓ ટ.... વ્હો ઓ ઓ ટ.. ન કર....! તું સીધેસીધો ઘરે આવ. હવે એને શોધવી પડશે. કોણ જાણે ક્યાં!' અમીએ વાક્ય અડઘેથી કાપી ફોન પણ કાપી નાખ્યો.

આકાશ અમી ઘરે ભેગાં થયા. બન્નેની મૂંઝવણનો કોઈ પાર નહોતો. અમીનો ક્રોધ જ્વાળામુખીની માફક ફાટ્યો હતો. એ ધમ... ધમ... કરતી અંદરના ઓરડામાંથી બહાર આવતા બોલી, 'હર પાસપોર્ટ ઈસ મિસિંગ...!' કપાળે ગુસ્સાથી હાથ ઠપકારતા ઠપકારતા એ બોલી, 'ઓહ ગોડ...! તારી બા પોતે તો ચેનથી જીવતી નથી ને મને જીવવા નથી દેવાની...!'

'બાને કંઈ સમજ ન પડે. એનાથી કંઈ ઈન્ડિયાના વીસા ન લેવાઈ ને ઈન્ડિયાની ટિકિટ બાય ન થાય!'

'તો શું કર્યું હશે ! ડોસલીએ...? વી શુલ્ડ ઇનફોર્મ પોલીસ..!'

'પો...લી...સ...?' આકાશ વધુ મૂંઝાયો, 'લેટમી થિન્ક...!' એક ઓરડામાંથી બીજા ઓરડામાં થોડા આંટા માર્યા આકાશે. પછી થોડું વિચારી એણે હળવેકથી ફોન ઊંચક્યો ને પોલીસને ફોન ડાયલ કરીયો.

****

ગંગાબા ! અહીં એડિસન, New Jersey આવ્યાને કેટલાં વરસો થઈ ગયા ગંગાબાને? જુઓને, વિશાલનો જન્મ થવાનો હતો ત્યારે એમના પુત્ર આકાશનો પત્ર આવેલ, ફોન આવેલ.

- બા, તમો આવો અમેરિકા. હવે દેશમાં છે પણ કોણ? બાપુજી પણ નથી. અમને તમારી ફિકર થયા રાખે. તમે દેશમાં એટલે દૂર દૂર..! તમને કંઈ થયું તો કોણ? અમને તમારી ચિંતા થયા કરે એનાં કરતાં તો હવે અહીં આવી જ જાઓ.

ઘણો વિચાર કરી કરી ગંગાબાએ હા પાડી હતી. અમેરિકા આવવા માટે. એમનો એકનો એક પુત્ર હતો આકાશ. પેટે પાટા બાંધીને મોટો કરીયો. ભણાવ્યો, એન્જિનિયર બનાવ્યો.

અમી અમેરિકાથી આવી હતી. અમેરિકન સિટીઝન હતી. એનું માંગું આવ્યું, આકાશ માટે. અમેરિકા જવાની અમૂલ્ય તક! અમી સાથે ધામધૂમથી પરણાવ્યો આકાશને. એ અમેરિકા ઊડી ગયો. આકાશ એકનું એક સંતાન હતો ગંગાબાનું.

આકાશ જ્યારે નવ-દશ વરસનો હતો ત્યારે એના પિતા હરકિશનભાઈને સ્ફૂટરનો અકસ્માત થયો અને આકાશે છત્રછાયા ગુમાવી પિતાની. ગંગાબા યુવાન વયે વિધવા થયા. હરકિશનભાઈ દેના બેંકમાં નોકરી કરતા હતા. ગંગાબાને પ્યુનની નોકરી મળી બેંકમાં. તેઓ ફક્ત ફાઈનલ પાસ હતાં. સાત ચોપડી જ ભણેલ હતાં. કેટ કેટલી મુશ્કેલીઓ વેઠી આકાશને હેતથી મોટો કરીયો હતો. પિતાની જરાય ખોટ પડવા દીધી નહોતી. જ્યારે આકાશ અમેરિકા ગયો ત્યારે સાવ એકલા પડી ગયા હતાં ગંગાબા. પરંતુ તેઓ ઘણા આઘાત પચાવતા આવ્યાં હતાં જિંદગીભર. એ એકલતાની તો શી વિસાત. વળી એ તો એમના પુત્રની પ્રગતિ હતી.

આકાશના અમેરિકાથી પત્રો આવતા. પૈસા આવતા. એ લખતો કે બા હવે તો બેંકની પ્યુનની નોકરી છોડી દો. પરંતુ ગંગાબા એમ તે શી રીતે માને? વળી આ નોકરી સાથે તો એક નાતો હતો એમનો..! એક અતૂટ સંબંધ. એમના પ્રાણપ્યારા સ્વર્ગસ્થ પતિની આગવી દેન હતી એ. આકાશે ધીરે ધીરે અમેરિકા ખાતે ખાસ્સી પ્રગતિ કરી. એ નિયમિત પૈસા મોકલાવતો. દેશમાં ગંગાબાને ફોન પણ લઈ આપ્યો. મહિને બેમહિને એના ફોન આવતા. મોટે ભાગે તો આકાશ જ વાતો કરતો. અમી ખાસ વાત ન કરતી. આકાશ ખુશ હતો. સુખી હતો. ગંગાબાને એનો આનંદ હતો.

છેલ્લા થોડા સમયથી આકાશના ફોન વધી ગયા. આગ્રહ વધી ગયો હતો "બા, તમો ત્યાં એકલા સાવ એકલા..! અમે રહ્યાં તમારાથી માઈલો દૂર. તમો અહીં આવો. આવો ને, આવી જ જાઓ. વિ મિસ યુ..!"

- અને ગંગાબા આવી પહોંચ્યા અહીં New Jersey, એડિસન ખાતે.

આકાશ અમી બંને એમને લેવા આવ્યાં હતાં જે એફ કે પર... વરસો પછી પોતાના એકના એક લાડકવાયાને ભેટીને મન મૂકીને રડ્યાં હતાં ગંગાબા...! આનંદથી...! ખોયેલ દીકરાને જાણે પાછો આપ્યો હતો. પ્રભુ, તું મહાન છે...! મનોમન ગંગાબાએ પ્રભુનો આભાર માન્યો.

આકાશની આલીશાન કારમાં બેસી ઘરે આવ્યા. મોટું હાઉસ હતું એમના દીકરાનું. ચાર બેડરૂમનું. મોટો હોલ, ડાયનિંગ રૂમ, વિશાળ કિચન. આવું સરસ ઘર નિહાળીને ગંગાબાને સવા શેર લોહી ચઢ્યું. પોતાની મહેનત ફળી હતી. એમની તપશ્ચર્યા સફળ થઈ હતી. આકાશ આજે આ જગ્યાએ પહોંચ્યો.

'જો બા, આ તારો રૂમ છે. અહીં તારું બાથરૂમ. આપણા ગામ જેવું નથી એ તો તને ખબર જ છે. શરૂઆતમાં તકલીફ પડશે. અહીં પાણી નથી સાફ કરવા, આ ટિસ્યૂ છે બાથરૂમમાં. એનાથી લૂંછી નાખવાનું!' આકાશે ગંગાબાને સમજાવ્યાં, 'તને કદાચ અત્યારે ઊંઘ ન

આવશે. તારું શરીર અત્યારે દેશના સમયે ચાલે છે. ત્યાં અત્યારે દિવસ ઊગ્યો એટલે. પછી ટેવાઈ જવાશે. તને કંઈ તકલીફ નહીં પડે. સવારે ઊઠે ત્યારે તું ઘરમાં એકલી જ હોઈશ.'

'કેમ...?'

'બા, આ અમેરિકા છે! હું અને અમી બન્ને કામ પર ગયા હોઈશું. હું સવારે છ વાગે નીકળી જાઉં છું અને અમી સાડા છએ..!'

- અને પછી તો ગંગાબા ટેવાવા માંડ્યા. પેપર ટિસ્યૂથી. ફ્રોઝન ફુડથી, ઠંડીથી, હીટથી, માણસોથી.

અમી ગર્ભવતી હતી. વિશાલનો જન્મ થયો. ગંગાબા રાજીના રેડ થઈ ગયા! અમી કંઈ ખાસ ખુશ હોય એમ લાગતું નહોતું. આમેય અમીનું મોઢું હંમેશ ચઢેલ જ રહેતું. એ ગંગાબા સાથે ખપ પુરતી જ વાત કરતી. આકાશ સમજાવતો "પ્રેગ્નન્સીને કારણે, ડિલિવરીને કારણે, જોબને કારણે.... બા, બાકી અમીના મનમાં કંઈ નથી." પરંતુ કંઈક હતું. જરૂર કંઈક હતું અમીના મનમાં.

પંદર દિવસના વિશાલને ગંગાબાના સહારે મૂકી અમી ફરી કામે ચઢી ગઈ. ગંગાબાએ કાળજી લેવા માંડી વિશાલની.

- કેમ છે વિશાલ એણે દૂધ પીધું? દૂધની બોટલ બરાબર બોઈલ્ડ કરજો. સ્ટરીલાઈઝ કરજો. અમીના ફોન આવતાં. અમી કદી એમને બા ન કહેતી. કોઈ પણ જાતના સંબોધન વિના વાત કરતાં શીખવું હોય તો અમી પાસે જવું.

- આજે તુવરના દાણા-વેંગણનું શાક બનાવજો. - આજે ભીંડાના રવૈયા. - આજે તો રસાવાળી ચિકન ને રાઈસ. - આજે મારી બહેનો આવવાની છે તો એમની માટે પચાસેક રોટલી બનાવી રાખજો.

ગંગાબા સમજી ગયા. ત્યાં દેશમાં એમની પટાવાળાની નોકરી હતી. અગિયારથી છની. જ્યારે અહીં ચોવીસ કલાકની. ત્યાં પગાર મળતો. અહીં રહેવાનું, ખાવાનું અને ઉપરથી એક ખૂલી કેદ. ક્યાંય બહાર ન નીકળાય. એકલા ન નીકળાય. ક્યારેક, શનિ-રવિ આકાશ મંદિરે લઈ જતો પણ એમાં ય એની ભક્તિ કરતાં તો ભૂખ જ વધારે હતી. આરતીમાં એક ડોલર ચઢાવી ત્રણ જણા સાંજે મહાપ્રસાદી લઈને, જમીને જ ઘરે આવતાં. ત્યારે ગંગાબાને રસોઈ ન બનાવવી પડતી બાકી દરરોજ કંઈને કંઈ રસોઈ કરવાની. આખા હાઉસમાં વેક્યૂમ કરવાનું. બાથરૂમો સાફ કરવાના, દર બે દિવસે લોન્ડ્રી કરવાની. વિશાલની કાળજી રાખવાની, રાત્રે વિશાલ રડે તો ઊઠવાનું, ડાયપર બદલાવવાનું, દૂધ પિવડાવવાનું. અમી

તો જાણે વિશાલને જણીને સાવ વીસરી જ ગઈ હતી. ગંગાબા માટે હંમેશ કંઈ ને કંઈ કામ, કામ, ને કામ હોય જ.

- ઓહ....! ગંગાબા. ગૂંગળાતા, ગૂંચવાતા, મૂંઝાતા. ક્યારેક, ઓશીકામાં મો છુપાવી રડી પડતાં.

આકાશ અને અમી કામ કરી મોડી સાંજે ઘરે આવતા. આકાશ ક્યારેક વાતો કરતો.

કેમ છે બા ?

કેમ છે વિશાલ બહુ રડતો તો નથીને? તને હેરાન તો નથી કરતોને?

તારી તબિયત તો સારી રહે છેને? વીયટામિનની ગોળીઓ સમયસર ગળે છેને?

ટૂંકા સવાલો કરી, સંવાદો કરી આકાશ પોતાના રૂમમાં ભરાય જતો કાં પછી કમ્પ્યુટર પર બેસી જતો. ક્યારેક ટીવી ચાલુ કરી બેસતો. અમી તો ધરમાં હાજર હોય તો પણ ન હોવા બરાબર હતી. અમી માટે ગંગાબાની હાજરી હોવા છતાં ય નહોતી. ફક્ત એક વ્યક્તિ બની ગયા હતાં ગંગાબા, અમી માટે. એક બેબીસિટર એના પુત્ર માટે. બસ, બાકી કંઈ નહીં! અહીં કોઈને પણ સમય નહોતો એમના માટે. કોઈને પણ સમય નહોતો કોઈના માટે. સૌની પોતપોતાની એક નાનકડી દુનિયા હતી. જાણે એક કવચ કે જેમાં સહુ પુરાયેલ હતાં. નરી એકલતા, વસમી વિવશતા વેઠતા હતાં ગંગાબા! પણ વિશાલ હતો એમની સાથે, એમના માટે. તેઓ નાનકડાં વિશાલ સાથે વાતો કરતાં રહેતાં. વિશાલ હસતો, કાલું કાલું ! ત્યારે ગંગાબાના હ્રદયમાં મોગરા ખીલી ઊઠતાં. વિશાલને લઈને તેઓ ફરતાં રહેતાં, એક કમરામાંથી બીજા કમરામાં. વિશાલે પા... પા... પગલી માંડી ત્યારે એક માત્ર સાક્ષી હતાં ગંગાબા, એના પહેલાં કદમના. જ્યારે એ પહેલો સ્પષ્ટ શબ્દ બોલ્યો "બા." ત્યારે ગંગાબાના હૈયામાં હેતની હેલી ઊઠી હતી. વિશાલને પણ ન ચાલતું ગંગાબા વિના. ગંગાબાની હૂંફાળી ગોદમાં એની દુનિયા હતી. એક એ જ સમજતો હતો ગંગાબાને કે, પછી એને સમજતાં હતાં ગંગાબા.

- કેટલો સમય પસાર થઈ ગયો?
- જાણે એક યુગ...!

વિશાલ હવે તો મોટો થઈ ગયો હતો. અમેરિકાના કાયદા પ્રમાણે હવે એ એકલો રહી શકે એટલો મોટો. ભણવામાં એ ખૂબ જ હોશિયાર હતો. ગંગાબા વિના હજુ ય એને જરા પણ ન ચાલતું પરંતુ એની મમ્મી અમીને એ પસંદ નહોતું. "ગંગાબાની સાવ ખોટું વળગણ. હી શુલ્ડ બી ગ્રોન અપ." અમી વિચારતી.

'જો આકાશ !' અમી આકાશને કહેતી. 'વી હેવ ટુ ડુ અબાઉટ ધીસ.'
'વ્હોટ ?'
'યોર મોમ. ઈટ ઈસ ટુ મચ.'
'વ્હોટ ટુ મચ...?'
'એ વિશાલને મોટો જ થવા નથી દેતી.' અમી ચિંતાતુર અવાજે બોલી. '.....અને વિશાલ પણ આખો વખત બા...બા...બા... કર્યા રાખે છે. સાવ માવડિયો બનાવી મૂક્યો છે તારી ગંગાબાએ.'
'બાએ મોટો કરીયો છે એને...'
'સો વ્હોટ ?' અમી સહેજ ચીઢાયને બોલી, '.....તેથી શું આખી જિંદગી એને ગળે વળગાડીને ફર્યા કરવાનું?'
'શું બાને ઈન્ડિયા મોકલી દેવી છે?' આકાશે અમીને બાહોમાં લેતાં તરફ પ્રશ્નાર્થ નજરે પૂછ્યું, 'ડુ યુ વોન્ટ ટુ સેન્ડ હર બેક?'
'લેટ મિ થિંક..!' કંઈક વિચારી અમી બોલ, 'આઈ વીલ ફાઇન્ડ આઉટ સમ વે...! આઈ નો હાઉ ટુ ટેકલ વિથ યોર મોમ...!' પડખું ફરીને અમી સૂઈ ગઈ.

* * *

બીજા રૂમમાં ગંગાબાનાં ખોળામાં માથું રાખી વિશાલ ઊંઘી ગયો હતો. શ્રવણની કથા સાંભળતા સાંભળતા. ગંગાબાને કારણે એ ઓળખતો હતો સહુને. શ્રવણને-ધ્રુવને, રામને-રાવણને, શબરીને-શુર્પંખાને, કૃષ્ણને-કંસને, યશોદાને-દેવકીને, રાધાને-ગોપીને, શિવને-પાર્વતીને, ગણેશને-કાર્તિકેયને, યુધિષ્ઠિરને-દુર્યોધનને, માનવને-દાનવને...!

ગંગાબાને કારણે એ એનું નામ લખી શકતો હતો ગુજરાતીમાં. ગંગાબા એને કહેતા "કાનો આ...." ને આકાશ હસતો, ને કહેતો "બા કા'નો તો રાધાનો ને ગોપીનો." ને ગંગાબા હસી પડતાં એની એ મીઠી મજાક પર. વિશાલના ફ્‌ કટ વાળમાં ગંગાબા હળવે હળવે હાથ ફેરવતાં હતાં. વિશાલ ઘસઘસાટ ઊંઘી ગયો હતો. ખોળામાંથી કાળજીપૂર્વક એનું માથું તકિયા પર મૂકી ગંગાબાએ એનાં કપાળ પર એક ચૂમી ભરી. જો વિશાલ ન હોત તો કદાચ ગંગાબા પાગલ થઈ ગયા હોત. હવે ગંગાબાને થાક લાગતો હતો જિંદગીનો. અહીં રહે કે દેશ રહે કોઈ ફરક પડતો નહોતો. અહીં દીકરો સાથે હતો પરંતુ પાસે નહોતો. વહુ આગળ દીકરાનું કંઈ ચાલતું નહોતું. ને વહુનું મન કળવું એ અભિમન્યુનો આઠમો કોઠો જીતવા જેવું હતું.

'દીકરા..! મારે દેશ જવું છે.' એક દિવસે ગંગાબાએ આકાશને કહ્યું, 'અહીં આવ્યાને કેટલા વરસો થઈ ગયા..!'

'કેમ બા આવું કહે છે..?' આકાશ બોલ્યો. 'તું ત્યાં એકલી! એટલે દૂર... ત્યાં તું માંદી સાજી થાય તો તારી કાળજી કોણ રાખે? સારવાર કોણ કરે? અહીં તો તારી બધી જ સારવાર થઈ શકે.'

ગંગાબા અમેરિકન સિટીઝન થઈ ગયા હતાં. મેડીકેર – મેડીકેઇડ હતું એટલે કોઈ ફિકર નહોતી ગંગાબાની માંદગીની, સારવારની. વળી વાસ્તવમાં ગંગાબાએ પોતાની તંદુરસ્તી જાળવી હતી. નિયમિત જીવન, સાદી રહેણીકરણી અને સંતોષી જીવને કારણે માંદગીને અને ગંગાબાને જોજનોનું અંતર રહેતું હતું. ક્યારેક શરદી-ઉધરસ થઈ જાય તો ગંગાબા ઉપવાસ કરી નાખતા. મસાલાવાળી ચા પીતા અને બે-ત્રણ દિવસમાં તો પાછા સારાં સાજા સમા થઈ જતાં. સારવારની જરૂર પડતી નહોતી. "સારવારને હું શું કરું? મારે તો સ્નેહ જોઈએ છે, તમારો સ્નેહ!" પણ ગંગાબા કંઈ જ બોલી ન શક્યા અને સ્નેહ ક્યાં માંગવાથી મળે છે કોઈને? ગંગાબા ગુંગળતા હતાં. ફક્ત વિશાલ વાતો કરતો રહેતો. સ્કૂલની, ટીવીની, હેરી પૉટરની, સ્પાઇડરમેનની, બેઝબોલની, એના ફ્રેન્ડસની અને ક્યારેક છોકરીઓની પણ.... ગંગાબાને જાણે જીવવાનું એક કારણ હતો વિશાલ. એમનો એકનો એક પૌત્ર. સ્કૂલેથી આવીને વિશાલ સીધો ગંગાબાને જ શોધતો. એની મોમ અમી સાથે તો એ બહુ ઓછી વાતો કરતો અને અમી પાસે પણ ક્યાં સમય હતો વિશાલ માટે? આકાશે લિકર સ્ટોર ખરીદ્યો એટલે નોકરી પછી એ સીધો લિકર સ્ટોર પર જતો. ક્યારેક તો રાત્રે અગિયાર વાગ્યે એ ઘરે આવતો. ત્યારે બધા પોઢી ગયા હોય ફક્ત ગંગાબા જાગતા હોય. એ આકાશને પ્રેમથી જમાડતા. ગમે તેમ પણ એમનું લોહી હતો આકાશ! સાચું જ કહ્યું છે ને કે, છોરું કછોરું થાય પણ માવતર કમાવતર ન થાય!

* * *

'જો આકાશ આઈ ગૉટ વર્ક ફોર યોર મોમ. આમ પણ એને હવે ઘરે આખો દિવસ કંઈ કરવાનું રહેતું નથી. બસ વિશાલને લાડકો કર્યા રાખે છે.' અમીએ એક ઠંડી રાત્રિ આકાશના પડખામાં ભરાતાં કહ્યું. અને પછી એના હોઠો પર એક ચુંબન કર્યું. અમીને બધા જ શસ્ત્રો સજાવતાં આવડતું હતું, અજમાવતા પણ આવડતું હતું.

'આઈ ડીડ નોટ અંડરસ્ટેન્ડ! બા માટે કામ...?' આકાશે અમીને આધોષમાં લેતાં કહ્યું, 'ડીડ યુ થિંક અબાઉટ હર એઈજ....? શી ઇસ મોર ધેન સિકસ્ટી સિક્સ...!'

'સો વ્હોટ...? શી ઇસ હેલ્ધી, વેરી હેલ્ધી..!'

'લિસન ડાર્લિંગ...! ઈટ વીલ લુક બેડ...!'

પણ એમ શાની માને અમી ?

એક સાંજે અમી સાથે એક યુવતી આવી ગીતા મેનન. ગીતા અમી સાથે જ કામ કરતી હતી. એની મેનેજર હતી. 'જુઓ, આ છે ગીતા.' અમીએ ગંગાબાને ગીતાની ઓળખાણ કરાવતા કહ્યું, 'ગીતા મારી સાથે જ કામ કરે છે.'

'હલ્લો...' ગીતાએ ગંગાબા તરફ નિહાળી કહ્યું.

ગંગાબાએ ગીતાને નમસ્કાર કર્યા ને પછી પોતાના રૂમમાં જતાં રહ્યાં.

'વીલ ડુ!' ગીતાએ અમી તરફ જોઈ હસીને કહ્યું, 'હું કાલે સાંજે આવીશ. ગેટ હર રેડી. આઇ વીલ પે યુ થ્રી હંડ્રેડ ડોલર પર વીક !'

'ડોંટ વરી! શી વીલ બી રેડી!' રાજી થતાં અમી બોલી, 'બટ વિક એન્ડમાં તો તારે એને મારા ઘરે ડ્રોપ કરવા પડશે. ડ્રોપ હર ફ્રાઇડે ઇવનિંગ અને સન્ડે ઇવનિંગ પીક હર અપ. વીક એન્ડ ફોર મી...!'

'ડી...લ....?'

ગીતા મેનનને ત્રણ મહિનાની પુત્રી હતી. એની બેબી-સિટર દેશ જતી રહી હતી અને એટલે એને તકલીફ પડતી હતી છોકરી સાચવવા માટે. ગીતાનો પતિ ડોક્ટર હતો. પુત્રી માટે બેબી-સિટરની એને તાતી જરૂરિયાત હતી. એણે અમીને વાત કરી. અને અમીને તો ઘર બેઠાં ગંગા મળી ગઈ. ગંગાબાને પૂછવાની જરૂર પણ ન લાગી અમીને. અમીએ ત્રણ જોડી કપડાં ભરી ગંગાબાની નાનકડી બેગ પણ તૈયાર કરી દીધી.

'જુઓ, ગીતાને જરૂર છે તમારી. આમ પણ તમે જ કહો છો કે, તમને એકલા એકલા ગમતું નથી. ગીતાની છોકરી પણ સચવાશે અને તમારો સમય પણ સારી રીતે પસાર થશે. વળી ગીતાનો હસબન્ડ ડોક્ટર છે એટલે માંદે સાજે તમને કામ આવશે.'

'પણ અહીં વિશાલ...?'

'વિશાલ તો હવે મોટો થઈ ગયો છે. આવતા મહિને તો એનું હાઈસ્કૂલ ગ્રેજ્યુએશન પણ છે. પછી તો એ બહાર ભણવા જવાનો છે. લોયરનું, વકીલનું વોશિંગ્ટન ડીસી, હાર્વર્ડમાં, મોટી યુનિવર્સિટીમાં. તમે એને લેલે-પોપો કરીને બહુ લાડકો કરી દીધો છે.' અમી પાસે દરેક પ્રશ્નોનાં ઉત્તરો હતાં.

'હું ક્યાં તમને નડું શું? ક્યાં તમને ભારી પડું શું? રાંધું છું, ઘર સાફ કરું છું, લોન્ડ્રી કરું છું....' પણ ગંગાબા કંઈ જ બોલી ન શક્યાં. સહેજ વિચારી ધીમેથી ઊંડો શ્વાસ લઈ એ બોલ્યા, 'આકાશને પૂછ્યું?'

'એમાં આકાશને શું પૂછવાનું?' સહેજ ચિઢાયને ક્રોધી થઈને અમી બોલી. 'એમાં આકાશને શો વાંધો હોવાનો? ને ગીતા દરેક વિક એન્ડમાં તો તમને મૂકી જ જવાની છે અહીં.'

'તારા ઘરે કામ કરવા માટે.' ગંગાબાએ નિસાસો નાખ્યો : 'કામવાળી છું...!! તમારા બધાની..!!' ગંગાબા કંઈ બોલી ન શક્યાં. બોલવાનો કંઈ અર્થ પણ ક્યાં હતો? ગંગાબાને રડવાનું મન થઈ આવ્યું.

સાંજે જ્યારે વિશાલ સ્કૂલેથી આવ્યો ત્યારે વિશાલને ભેટી ગંગાબા ખૂબ જ રડ્યાં.

'વોટ હેપન્ડ બા?' વિશાલે ગંગાબાને પાણી આપતાં કહ્યું.

'કંઈ નહીં બેટા..! તું તારા મા-બાપ જેવો ન થઈ જતો.' ગંગાબા ધીમેથી બબડ્યાં.

'આઈ પ્રોમિસ યુ બા!' વિશાલને કંઈ સમજ ન પડી. બાને આમ રડતા એણે પહેલી વાર જોઈ એથી એના તરુણ માનસમાં જાત જાતના સવાલો ઊઠીને સમી જતાં હતાં : ઘેર મસ્ટ બી સમથિંગ વીચ હર્ટ બા વેરી મચ. એન્ડ મોમ - ડેડ આર રિસ્પોન્સીબલ ફોર હર ટીયર..! એણે ગંગાબાને પાછું પૂછ્યું, 'ટેલ મી બા! મને ન કહે, શું થયું...?'

'કંઈ નહીં બેટા. ચાલ, ચા-પુરી ખાય લે...!' ગંગાબાએ પોતાના આંસુ આંખમાં જ થીજાવી દીધાં. વિશાલને ટોસ્ટ-બ્રેડ કરતાં પુરી વધારે ભાવતી. પિત્ઝા કરતાં ખાખરાં સારાં લાગતાં. ડોનટ કરતા જલેબી વધારે પસંદ પડતી. ને મોમ કરતા બા વધારે વહાલી લાગતી.

ગીતા મેનન આવીને ગંગાબાને લઈ ગઈ. ગંગાબાને આંસુ પીવાની ટેવ હતી વરસોથી. "જાણે હજુ ય કેટલા આંસુ મને પિવડાવવાનો છે તું મારા પ્રભુ....!" ગંગાબાએ એમના ગિરધર ગોપાલાને મનોમન યાદ કરીયો. જાણે એ પણ હવે તો બહેરો થઈ ગયો લાગે છે.

પછી તો ઘટમાળ ચાલુ થઈ.... ગીતા - અમી, અમી - ગીતા. હવે તો દર શનિવારે મંદિરે જવાનું પણ બંધ થઈ ગયું. ચાર પાંચ ચહેરા જ જોવા મળતા એમને. ગીતાની છોકરી મોટી થવા લાગી, ગંગાબાના નિર્મળ પ્રેમના સિંચનથી. પ્રેમનું ઝરણું કદી ક્યાં સુકાય છે...? એ તો વહેતું જ રહે છે. એક દિલથી બીજા દિલ તરફ. એક અવિરત પ્રવાહ જેમાં આ દુનિયા હજુ ય તરી રહી છે અને ટકી રહી છે. વિકએન્ડમાં ગંગાબા ઘરે આવતા. એમના

દીકરાના ઘરે. આખા વિકનું રાંધતાં. અમી બધું ફ્રોઝન કરી દેતી. નાસ્તો બનાવી જતાં, આખા ઘરમાં વેક્યૂમ કરતાં, લોન્ડ્રી કરી જતાં, કપડાં ગડી કરી સહુ સૌનાં ક્લોઝેટમાં ગોઠવી જતાં, બાથરૂમો સાફ કરી જતાં, સિઝન સારી હોય ને તો વળી બાગકામ પણ કરી જતાં. વિકએન્ડમાં ઊલટું વધારે કામ કરવું પડતું. થાકીને લોથ-પોથ થઈ જતાં. આકાશના ઘરે આવતાં તોય એમનું દિલ ન લાગતું. વિશાલની ખોટ બહુ લાગતી. વિશાલ તો પહોંચી ગયો હતો વૉશિંગ્ટન ડીસી, હાર્વર્ડ યુનિવર્સિટી ખાતે વકીલાતનું ભણવા, વકીલ બનવા. ભણવામાં તો એ પહેલેથી જ હોશિયાર હતો. એને ફેડરલ એઇડ્સમાંથી સ્કૉલરશિપ પણ મળી હતી. વિકમાં બે-ત્રણ વાર એ ગીતા મેનનની ઘરે ફોન કરી ગંગાબા સાથે લાંબી લાંબી વાતો કરતો ત્યારે ગંગાબાને પોતે જીવતાં હોય એમ લાગતું બાકી તો તેઓ શ્વાસ - ઉચ્છવાસના સરવાળા બાદબાકી જ કરતાં હતાં ને!

વિશાલ હવે તો વકીલ થઈ પણ થઈ ગયો હતો. એનું સ્ટેટનું વકીલાતનું લાયસન્સ પણ આવી ગયું હતું. બહુ જ ખુશ હતો એ. એની ખુશી એ હંમેશ ગંગાબા સાથે વહેંચતો, માણતો..! એની સાથે એનાં એપાર્ટમેન્ટ પર હવે તો કોઈ છોકરી પણ રહેતી હતી. "જાનકી..!" આમ તો એનું નામ જુલિયા હતું પણ વિશાલ એને જાનકી જ કહેતો..! જાનકી વિશાલ સાથે જ ભણતી હતી. મા-બાપ વિના ઊછરી હતી એ..! જાનકીની વાત એણે કોઈને પણ કરી નહોતી ફક્ત ગંગાબાને જ કરી હતી. એ વૉશિંગ્ટન જ રહેતો. ભાગ્યે જ અહીં એડિસન, New Jersey આવતો. એના મોમ - ડેડ આકાશ - અમી સાથે જરાય ફાવતું નહોતું. ખાસ સંબંધો પણ નહોતાં રહ્યાં. સંબંધ જો રહ્યો હતો તો એક માત્ર ગંગાબા સાથે...

* * *

પોલીસે તપાસ શરૂ કરી ગંગાબાની. કોઈ પણ એરપોર્ટ પરથી કોઈ પણ એર-લાઈનમાં તેઓ ચેક-ઈન થયા નહોતાં. હોસ્પિટલોમાં પણ એમનાં જેવું કોઈ નહોતું. ક્યાં કોઈ ડેડ-બૉડી પણ મળી નહોતી. આકાશ - અમીની મૂંઝવણનો કોઈ પાર નહોતો. સહુ સગા વહાલાને ત્યાં પણ તેઓએ સીધી આડકતરી રીતે તપાસ કરી. પરિણામ શૂન્ય...! શું થયું હશે...? એક અઠવાડિયું પસાર થઈ ગયું. ચિંતાતુર આકાશ ઘરે આવ્યો. મેઈલ બૉક્સમાંથી મેઈલ લીધી. આકાશ અમીના નામે સર્ટિફાઈડ મેઈલ હતી. જે તેઓની સહી વિના ડિલીવર ન થાય એટલે મેઈલ મેન-ટપાલી નિયમાનુસાર પિન્ક સ્લિપ મૂકી ગયો હતો મેઈલ બૉક્સમાં. આકાશ પોષ્ટઑફિસ પર જઈ સહી કરી સર્ટિફાઈડ મેઈલ લઈ આવ્યો.

ઘરે આવી આકાશે એ પત્ર ખોલ્યો. હક્કો-બક્કો જ રહી ગયો આકાશ. માથે હાથ ધરી એ સોફા પર ફસડાય પડ્યો. સહેજ ચક્કર આવી ગયા. લોયરની નોટિસ હતી એ. etarni ઍટ લૉ... વિશાલ અમીનની...! વિશાલ અમીનના લેટર હેડ પર...! પોતાના વકીલ પુત્રના લેટર હેડ પર...!

- નોટિસ ઇન ફેવર ઑફ ગંગાબા..! ઇન ફેવર ઑફ ગંગા હરકિશન અમીન....!

- ટેન મિલિયન ડોલરનો સ્યુ કરીયો હતો...!

- દાવો માંડ્યો હતો ગંગાબાએ એમના પુત્ર આકાશ અમીન પર....! પુત્રવધૂ અમી અમીન પર...! વકીલ પૌત્ર વિશાલ અમીન મારફતે....!

- ટેન મિલિયન ડોલર....!

- પચ્ચીસ–છવ્વીસ વરસથી ગંગાબાએ કરેલ સેવાઓ માટે, રસોઈ, હાઉસકિપીંગ, હાઉસ ક્લિનીંગ, લોન્ડ્રી, કુકિંગ, અબાઉઓલ બેબી-સિટીંગ ઑફ ગ્રાન્ડ સન...! વિશાલે ગંગાબાનો હાથ પકડ્યો હતો કે, જે હાથે એને ચાલતા શિખવાડ્યું હતું. જે હાથ એના વાળમાં વહાલથી ફરીયો હતો. જે હાથે એનાં આંસુઓને પ્રેમથી લૂંછ્યાં હતાં. જે હાથે આંગળી પકડી એને લખતાં શિખવાડ્યું હતું. જેનાં હાથોમાં એની દુનિયા હતી. એનું સુનહરું બાળપણ પસાર થયું હતું. જે હાથમાં હેતની અમીટ રેખાઓ હતી, જે કદી કોઈએ જોઈ નહોતી. એ જોઈ હતી વિશાલે. લાગણીઓનો મહાસાગર હતો જેના હૈયામાં એની જ લાગણીઓ સાથે ખિલવાડ થયો હતો. એમનાં જ એકનાં એક પુત્ર-પુત્રવધૂ મારફતે...

- ટેન મિલિયન ડોલર...!

નોટિસમાં સુસ્પષ્ટ હતું. etarni વિશાલ પાસે પળેપળનો હિસાબ હતો, ગંગાબાના હેતની સાથે થયેલ રમતનો, વહાલની સાથે થયેલ છળકપટનો, મોરલ એબ્યુસિંગનો, લાગણી સાથે થયેલ ક્રૂર વહેવારનો, વર્તણૂકનો, ગંગાબાએ આપેલ પ્રેમનો, ગંગાબાના માતૃત્વનો, મમતાનો....!

ગંગાબા વિશાલ સાથે હતાં. જાનકી સાથે હતાં. અને આજે આકાશ - અમીએ બાની સાથે સાથે પુત્ર પણ ખોયો હતો....!

2
સલામ નમસ્તે

બાબુભાઈ ત્રિભોવનદાસ કાપડિયા. આ નામ જ પૂરતું એમની ઓળખ માટે! વલસાડના મોટા બજારમાં કાપડનો આલીશાન શોરૂમ છે એમના નામે. એમાં આખી દુનિયાના ખ્યાતનામ મિલના કાપડ મળે. અરે! તમે નામ લો એ કાપડ મળે. પચાસ રૂપિયે મિટરથી માંડીને પંદર હજાર રૂપિયે મિટર સુધીનું. આમ તો બાબુભાઈની કહાણી લાંબી છે. પીઠ પર કાપડની ગાંસડી લઈ વલસાડની આજુબાજુ આવેલ આદિવાસી ગામડાઓમાં ફેરી ફરી 'કે...એ...એ....ન્સી કાપડ તરેવા આ આ આ...ર' ની બૂમો પાડી ગળું બેસી જતું. એમની પીઠ પર પડેલ આંટણો હજુ ય એમનાં એમ છે. પરંતુ હવે એ દિવસો ગયા. એમની પ્રમાણિકતા મહેનત અને સાહસિક સ્વભાવે રંગ રાખ્યો. સગાં-વહાલા મિત્રો પાસેથી ઉછીના-પાછીના કરીને એક નાનકડી દુકાન ખોલી હતી. એક ઓટલા પર આજથી પચ્ચીસેક વરસ પહેલાં જે આજે બાબુભાઈ ત્રિભોવનદાસ કાપડિયાના નામે ચાલતા ભભકાદાર શોરૂમમાં પાંગરી હતી. જાણે તણખલામાંથી વટવૃક્ષ બન્યું.

આજે બાબુભાઈના જીવને થોડો ઉચાટ છે. કારણ કે, એમની મોટી દીકરી વસુંધરાને જોવા માટે નવસારીથી છોકરો આવવાનો હતો. વારંવાર તેઓ ઘડિયાળમાં જોતા હતા. છોકરાવાળા અઢીના ફાસ્ટમાં નવસારીથી આવવાનાં હતાં. એમને લેવા માટે ઝેન સ્ટેશન પર મોકલાવી હતી. સાથે મોટાં છોકરા કશ્યપને મોકલાવ્યો હતો. એને મોબાઈલ પર બે વાર રિંગ કરી સલાહ-સુચનો આપ્યાં. અઢીનો ફાસ્ટ રાબેતા મુજબ દોઢ કલાક લેઈટ હતો.

'તમે શાંતિ રાખો.' એમનાં ધર્મપત્ની કાંતાબેને એમને કહ્યું.

'એ તો આવશે સમય થશે ત્યારે. તમારા આમ હાયહોયથી કોઈ થોડું વહેલું આવી જવાનું છે?'

'શું આવશે..! સા.... આ રેલ્વેવાળાના પણ કોઈ ઠેકાણાં નથી.' બાબુભાઈ બેઠકખંડમાંથી રસોડામાં ગયા, 'તેં નાસ્તો - પાણી તો બરાબર મંગાવી રાખેલા છે ને...?'

'હા...હા...! શાંતિભુવનનું ભૂસું, ભાવનગરીના પેંડા, નોવલ્ટીની બિસ્કિટ.... બધું જ છે...! તમે ખોટી ચિંતા ન કરો.'

'જો છોકરો સારો હોય તો બેસી જવું છે.'

'વસુને પણ પસંદ પડવો જોઈને?' એમને યાદ દેવડાવતાં હોય એમ કાંતાબેને ધીમેથી કહ્યું.

'આમાં એની પસંદ-નાપસંદનો સવાલ જ નથી. એ લોકો હા પાડે એ જ બસ છે. આજે આવું સારું ઘર અને આવો છોકરો આજનાં જમાનામાં ક્યાં મળે છે? છોકરાના ફાધર સમાજમાં આગળ પડતાં છે. ઈન્કમ ટેક્ષ ઓફિસર હતા. રિટાયર થઈ ગયા તો ય એમના નામના સિક્કા પડે છે હજુય ઈન્કમ ટેક્ષ ડિપાર્ટમેંટમાં. આપણી સાથે મેળ પડે એવું ફેમિલિ. છોકરો પાછો બેંકમાં ઓફિસર. કાયમી નોકરી. બાંધ્યો પગાર. પાછો ઘરમાં નાનો. બધા ભાઈ બહેનો ઠેકાણે પડી ગયેલાં.'

કાંતાબેનને લાગ્યું કે હવે આગળ બોલવા જેવું નથી. આમેય બાબુભાઈનો સ્વભાવ એમનું ધાર્યું કરવાનો જ હતો. એમનો બોલ એટલે જાણે કાળે કાયદો. એમનો સ્વભાવ બધાથી અલાયદો.

'પણ' આ તો દીકરીની આખી જિંદગીનો સવાલ છે એમ કરી એ આગળ બોલવા તો ગયા પરંતુ એમની વાત વચ્ચેથી તોડી લેતાં બાબુભાઈ જરા ક્રોધિત થઈ બોલ્યા, 'બેસ, બેસ, હવે આમાં તને કંઈ સમજ ન પડે.' આ બાબુભાઈનો મુદ્રાલેખ હતો.

અંદર પોતાના રૂમમાં તૈયાર થતી વસુ મમ્મી પપ્પાની વાતચીત સાંભળતી હતી. હજુ તો એ કોલેજના છેલ્લા વરસમાં હતી. એને કંઈ હમણાં પરણવું નહોતું. એની ઉંમર પણ ક્યાં હતી પણ પપ્પાને જાણે પરણાવી દેવાની ઉતાવળ હતી. એ જાણતી હતી કે એનાંથી ના પડવાની નહોતી. પપ્પા જે કહે તે જ ઘરમાં થતું હતું. મને કમને એ તૈયાર થતી હતી. એક એવોય વિચાર એના મનમાં આવી ગયો કે, એવું કંઈ કરવું જોઈએ કે છોકરો જ એને પસંદ ન કરે. ના પાડી દે પણ કેવી રીતે? એ નખશીખ સુંદર દેખાવડી હતી! પહેલી જ નજરે કોઈને પણ પસંદ પડી જાય!

'મમ્મી...' કાંતાબેન વસુના રૂમમાં એને તૈયાર થતી હતી એ જોવા આવ્યાં એટલે વસુ

બોલી, 'મમ્મી... આ પપ્પા જો ને...!' વસુની આંખ ભીની થઈ ગઈ.

'તું એક વાર છોકરાને જો તો ખરી... આપણે ક્યાં આજેને આજે તારા લગ્ન કરી નાખવાના છીએ?' કાંતાબેને વસુને સમજાવતાં કહ્યું. પરંતુ, તેઓ પણ જાણતાં હતાં કે ધાર્યું તો બાબુભાઈનું જ થશે.

'તું નક્કામી ચિંતા કરે છે દીદી!' વસુને તૈયાર થતી નિહાળી રહેલ એની નાની બહેન ઈંદુ બોલી, 'તને લગ્ન કરવામાં વાંધો શું છે?'

'બેસ, ચાંપલી...' વસુએ એનાં ડોળા મોટાં કરતાં કહ્યું, 'તું બહાર જા અહીંથી હમાણાને હમણા નહીંતર મારા હાથની એક પડશે.' વસુએ તમાચો મારવાનો ઈશારો કરતાં કહ્યું. એટલામાં જ બાબુભાઈ વસુના રૂમમાં આવ્યા. 'કશ્યપનો ફોન આવી ગયો છે. એ લોકો આવી ગયા છે. બે જ જણા છે. છોકરો નિખિલ અને એની બા ગંગાબેન. તું તૈયાર તો છે ને?' વસુ તરફ નજર કરતાં એ બોલ્યા, 'અને આવું દિવેલ પીઘેલાં જેવું ડાચું ન કર.'

થોડી જ વારમાં આંગણામાં ઝેન આવીને ઊભી રહી. કશ્યપે એની ટેવ મુજબ ધીમેથી હોર્ન વગાડ્યું. બાબુભાઈ અને કાંતાબેન આગળના બેઠક ખંડમાં ગયા.

'આવો, આવો....'

કશ્યપની પાછપ પાછળ એક ઊંચો યુવાન અને બેઠી દડીની આઘેડ સ્ત્રી આવ્યા.

'આવો ગંગાબેન...! કેમ છો નિખિલ?'

'સરસ, તમને રાહ જોવડાવી.' પેન્ટના ગજવામાંથી રૂમાલ કાઢી ચશ્માં સાફ કરતાં નિખિલે કહ્યું, 'ગાડી લેઈટ થઈ ગઈ. નવસારી તો રાઈટ ટાઈમ હતી પણ પછી અમલસાડમાં નાંખી!' નિખિલ પાતળો ઊંચો ગોરો યુવાન હતો. સહેજ નાના ચહેરા પર એનું લાંબું નાક ધ્યાન ખેંચતું હતું. એ ખામી સંતાડવા જાણે એના પર ઘોડાના ડાબલા જેવાં મોટાં ચશ્માં ગોઠવી દીધાં હોય એમ લાગતું હતું.

સર્વે બેઠકખંડમાં સોફામાં ગોઠવાયા.

'આજે ગરમી જરા વધારે છે.' શું વાતો કરવી? ક્યાંથી શરૂઆત કરવી એની બાબુભાઈને સમજ પડી.

'એની સિઝન છે.' લાંબા નાક પરથી ઉતરી આવતા ચશ્માં જમણા હાથની પહેલી આંગળી

વડે સરખાં ગોઠવતા મ્લાન હસીને નિખિલ બોલ્યો.

'પપ્પા...!' બાબુભાઈ તરફ નિહાળી કશ્યપ બોલ્યો, 'હું જાઉં શોરૂમ પર...! ઘરાકી છે અને મહેતાજી આજે વહેલાં જવાના છે.' કશ્યપ વિસેક વરસનો તરવરિયો યુવાન હતો. આગળ ભણીને શોરૂમ જ સાચવવાનો છે એમ માનીને બાબુભાઈએ કશ્યપને હાયર સેકંડરી પછી શોરૂમમાં જ જોતરી દીધો હતો. કશ્યપ બિચારાએ તો આગળ ભણવું હતું, કૉલેજ કરવી હતી પણ બાબુભાઈ આગળ ક્યાં કોઈનું કંઈ ચાલે !

'સારું પણ પાછી ગાડી જોઈશે!'

'અમે તો રિક્ષામાં નીકળી જઈશું.' નિખિલ બોલ્યો.

'અરે.....! એમ કંઈ હોય...!' બાબુભાઈ બોલ્યા, 'કશ્યપ, તું એમ કર મહેતાજી સાથે ગાડી પાછી મોકલી આપ.'

કશ્યપ ઝડપથી અંદર વસુના રૂમમાં ગયો, 'સરસ છે, ચાલશે?' વસુને કહી એ જ ઝડપથી બહાર નીકળી ગયો.

'હમણા લગ્નની સિઝન છે એટલે ઘરાકી વધુ રહે. તમે જોયોને આપણો શોરૂમ?' જરા ગૌરવથી બાબુભાઈ પુછ્યું.

'હા, આવતી વખતે કશ્યપે બતાવ્યો હતો. મોકાની જગ્યાએ છે.'

રસોડામાં પાણીના ગ્લાસ ભરતાં ભરતાં વસુ વિચારતી હતી "કોણ જાણે શું થશે...!" એની જિંદગીમાં આ પહેલો જ પ્રસંગ હતો છોકરો જોવાનો. એણે એક ઊંડો નિઃસાસો નાખ્યો.

'દીદી, છોકરો તો સારો છે પણ....' ચાંપલી ઈન્દુએ ડીસમાંથી પેંડો લઈ મોઢામાં મુકતા કહ્યું.

'પણ એટલે શું ?' વસુને જિજ્ઞાસા થઈ.

'સાવ પાતળો છે, લંબું' હાથ ઊંચો કરી ઊંચાય બતાવતા ઈન્દુએ કહ્યું. 'ને નાક લાંબ્યું છે.... કાકડી જેવું...!'

'તને ગમ્યો....?'

'એં એં...!' ઈન્દુએ હાથના ઈશારાથી પોતાની અવઢવ બતાવી.

વસુ કહેવા માંગતી હતી 'ફિફ્ટી ફિફ્ટી.'

'વસુ....' કાંતાબેન રસોડામાં આવ્યા, 'ચાલ દીકરા, પાણી લઈ જા એ લોકો માટે...!'

સર્વિંગ ટ્રેમાં ચાર ગ્લાસ મૂકી વસુ બેઠકખંડમાં આવી. એણે જ્યોર્જેટની ગુલાબી સાડી પહેરી હતી. જેનાં પર ફૂલપાનની કાળી સુંદર બોર્ડર હતી. આમ તો સાડી પહેરવાનો જરાય વિચાર નહોતો પણ ટ્રે સાઈડની ટિપોય પર મૂકી એમાંથી ગ્લાસ ઉપાડી નિખિલને આપતા; નિખિલ તરફ એણે એક નજર કરી. નિખિલ તો તાકી તાકીને એને જ જોઈ રહ્યો હતો અને એ જ કરવા તો એ આવ્યો હતો. છોકરી જોવા. બીજો ગ્લાસ ગંગાબેનને આપ્યો. અને પછી ઝડપથી રસોડામાં પહોંચી ગઈ. એનું દિલ જોર જોરથી ધક ધક કરતું હતું.

"હવે....!" વસુને એની સખી ગુલશનની યાદ આવી ગઈ. ગુલ કહેતી હતી કે, 'તારો નંબર લાગી જવાનો.' ગુલ એની સાથે કૉલેજમાં જ અભ્યાસ કરતી હતી. પારસણ હતી. રમુજી હતી.

સર્વિંગ ટ્રેમાં વિવિધ નાસ્તાની ડીશો લઈ એ ફરીથી બેઠકખંડમાં આવી. રૂમની મધ્યમાં ગોઠવેલ ચોરસ ટેબલ પર બધી ડીશો એણે વ્યવસ્થિત ગોઠવી. ચોરી ચોરી એ નિખિલને જોઈ લેતી હતી. નાકની દાંડી પર ચશ્માં બરાબર ગોઠવી નિખિલ પણ એને જ તાકી રહ્યો હતો.

'ચા કે કોફી...?' વસુએ નિખિલ તરફ નિહાળી પુછ્યું.

'કંઈ પણ...!' પછી એની માતા તરફ જોઈ એ બોલ્યો, 'ચા ચાલશે...?' જાણે માતાની આજ્ઞા ન લેતો હોય !

વસુ ફરી રસોડામાં આવી.

"આનો કોઈ ફ્રેંડ નહીં હોય કે એની મા સાથે દોડી આવ્યો!" ગેસ પર ચા મૂકી એ પોતાના રૂમમાં જઈ પોતાની જાતને અરીસામાં નિરખી આવી. "બધું બરાબર હતું !"

બેઠક ખંડમાં બાબુભાઈ નિખિલ સાથે વાતો કરી રહ્યાં હતાં, 'બેંકમાં તમે ક્યાં ડિપાર્ટમેંટમાં કામ કરો છો?'

'હું લોનનું કરું છું. હાઉસિંગ લોન.' ડીશમાંથી ચવાણાનો ફાંકો મારતાં એ બોલ્યો, 'અમારે ટાર્ગેટ કરતાં વધારે કામ થાય છે. આજે તો ઈન્ટરેસ્ટ રેઈટ પણ ઓછાં છે અને લોકો હવે ઘર બાંધવા લેવા માટે લોન લેતાં થઈ ગયા છે.' ટેવ મુજબ એણે નાક પર ચશ્માં ઠેકાણે કર્યા.

'હં...!' પછી તો ભાત ભાતની વાતો થઈ. બાબુભાઈએ એમની વાતો દોહરાવી. કાપડની ફેરીથી લઈને વિમલ, દિગ્જામ, રેમંડથી માંડીને લોર્ડ્સ ઍન્ડ ટેઈલર સુધીની વાત.

'તમારે વસુ સાથે...!' બાબુભાઈએ નિખિલને કહ્યું. "એવું હોય તો અંદરના રૂમમાં...."

'ના....ના.... એવું કંઈ જરૂરી નથી. ઈટ્સ ઓકે...!'

'તો પણ...!' બાબુભાઈએ આગ્રહ કરીયો.

'ના....ના...!' પોતાની માતા ગંગાબેન તરફ જોઈ નિખિલ બોલ્યો, 'આમ પણ હવે અમો નીકળીએ. સયાજીનો ટાઈમ પણ થઈ ગયો છે.'

'જમીને જવાનું હતું...!' કાંતાબેને ગંગાબેનને કહ્યું.

'ના...ના....અને જુઓને જમવા કરતાં તો વધારે નાસ્તો કરી લીધો છે! અમે હવે નીકળીએ!' ઊભાં થતાં ગંગાબેન બોલ્યા. નિખિલ પણ ઊભો થયો.

બાબુભાઈએ કાંતાબેન તરફ ઈશારો કરી અંદરથી વસુને બોલાવવા કહ્યું. એટલામાં નિખિલ અને ગંગાબેન ઘરની બહાર નીકળી ગયા. એમની પાછળ પાછળ બાબુભાઈ પણ ઝેનની ચાવી લઈ બહાર આવ્યા. 'ચાલો, તમને સ્ટેશને ઉતારી દઉં.'

'અમે રિક્ષામાં જતાં રહીશું...!'

'અરે...! એમ તે કંઈ હોય...! ઘરની ગાડી છે...! હું તમને ઉતારી દઉં.' ઝેનનો દરવાજો ખોલી એ બોલ્યા.

નિખિલ-ગંગાબેન ઝડપથી ગાડીમાં ગોઠવાયા. બન્નેને બાબુભાઈ સ્ટેશને ઉતારી આવ્યા.

*****

અઠવાડિયા પછી નવસારીથી ફોન આવ્યો. નિખિલને વસુ પસંદ પડી હતી એ વાતનો.

બાબુભાઈ ખુશ હતા. હવે બધું ઝડપથી પતાવી દેવું પડશે. ધરમનાં કામમાં ઢીલ ન થાય..! સગાં-વહાલાને ફોન થયા. એક-બે ફેરાં નવસારીનાં થયા. અને શુભમુહર્ત જોઈ સગાં સંબંધીઓ અને મિત્રમંડળની હાજરીમાં સાકરપડાની આપલે થઈ. ગોળ ધાણા વહેંચાયા. નિખિલ-વસુના વેવિશાળ થઈ ગયા અને વસુના ગ્રેજ્યુએટ થયાં પછી લગ્નનું આયોજન કરવાનું નક્કી થયું.

*****

વસુના મનને અજંપ હતો. વેવિશાળ પછી હકથી બે-ત્રણ વાર નિખિલ વલસાડ આવી ગયો. "નિખિલ, નિખિલ, નિખિલ, નિખિલ..." વસુએ કરેલ પતિની પરિકલ્પનામાં નિખિલ ક્યાંય ગોઠવાતો નહોતો. "આની સાથે જીવન કેમ વિતશે...?" સળવળતી હતી વસુ...છટપટતી હતી...!! જ્યારે નિખિલ આવતો ત્યારે એ હસતો ચહેરો રાખી એની સાથે હરતી ફરતી. તિથલના દરિયે પણ જઈ આવી. સાંઈબાબાના મંદિરે પણ જઈ આવી પરંતુ બળતા રૂની માફક અંદર અંદર એ બળતી હતી જે બહારથી કોઈને દેખાતું નહોતું.

બાબુભાઈ ખુશ હતા. કાંતાબેન પણ સમજતાં હતાં કે, બધું રાગે પડી ગયું છે. નિખિલ તો વસુને મેળવીને ધન્ય ધન્ય થઈ ગયો હતો. વસુને પોતાની જાત પર ગુસ્સો આવતો હતો. નિખિલ પર ગુસ્સો આવતો હતો. પપ્પા પર ગુસ્સો આવતો હતો. આખી દુનિયા પર ગુસ્સો આવતો હતો. જ્યારે નિખિલ એના ચહેરા પર પોતાનો ગોરો હાથ ઝુકાવી ઝુકાવી વાતો કરતો ત્યારે જાણે બગલો માછલી પકડવા તરાપ મારતો હોય એવું મહેસુસ થતું વસુને! એ જળ બિન મછલીની જેમ તરફડતી હતી. વળી વાત વાતમાં એની બા તો આવી જ જાય. બા આમ કરે છે ને બા તેમ કરે છે. બાને આવું બહુ ગમે. બાને આવું તો બિલકુલ જ ન ગમે. અરે... ભાઈ...! કોઈ તારી વાત કર. તારા શોખની વાત કર. તારા દોસ્તની વાત કર. આ શું? બા.. બા... ને બા જ... બોલું હું તો અક્ષર પહેલો બા, બા, બાની કવિતા જ ગાયા કરે છે. પણ શું થાય? બા, બા, બાની કવિતા એણે સાંભળવી જ પડતી અને ભવિષ્યમાં ગાવી પણ પડશે.

***

'કેમ અલી! મજા આવે છે ને તારા માટીડા સાથે?' કૉલેજના કોમન રૂમમાં એની ખાસ સખી ગુલશન સાથે વસુ બેઠી હતી, 'કેમ આવી વાસી કમરક જેવી કરમાઈ ગઈ?' એનાં ટીખળી સ્વભાવ મુજબ એ હસતી હતી, 'તારો લંબું તને બહુ યાદ આવતો લાગે છે!'

• 18 •

'ગુ....લ્લુ...!' ભારેખમ નિઃસાસો નાંખી વસુ બોલી, 'તને આમાં સમજ ન પડે.'

'ઓ તો પછી તું ખબર પાડ. તને તારા રિતિક રોશને શું સમજ પાડી? કંઈ સાધન બાધન વાપરજે. નહીંતર લગ્ન પહેલાં જ ઊવા ઊવા આવી જશે.' હસીને ગુલ બોલી.

'ચૂપ કર... બક બક ન કર... એવું કંઈ નથી.' વસુની આંખમાં પાણી આવી ગયા. હસવાને બદલે ગમગીન થઈ ગઈ. એને આમ ગમગીન થઈ જતાં ગુલ પણ હસતાં હસતાં એકદમ અટકી ગઈ. એને લાગ્યું કે દાળમાં જરૂર કંઈ કાળું છે. વસુનો હાથ પ્રેમથી પકડી ગુલ બોલી, 'શું વાત છે? મને નહીં કહે?' વસુની આંખમાં આંખ પરોવી એ બોલી.

વસુએ એનું દિલ ખોલી નાખ્યું. એ જ તો એક હતી. એના દિલની વાત સમજવાવાળી, સાંભળનારી બાકી બધાં તો નિખિલ, નિખિલ ને નિખિલનો જ જાપ જપતાં હતાં. સો વાતનો એક જ સાર હતો. વસુને નિખિલ જરાય પસંદ નહોતો. દીઠો ગમતો નહોતો. રડી પડી વસુ.

'તો પછી ના પાડી દે. આમ ઢૂંઢાં આસુંએ રડવાથી કંઈ વળવાનું નથી. ગાંડી છે તું તો. સાવ પાગલ...'

'મારી વાત કોણ સાંભળે? તને તો ખબર છે ને મારા પપ્પા...! એ ક્યાં કોઈનું સાંભળે છે...? માને છે...?' વસુએ ધીમેથી ડૂસકું ભર્યું, 'એ તો મને મારી જ નાખે, હું ના પાડું તો....'

'તો પછી મરી જા...' ચિઢાયને ગુલશન બોલી,

'તમો માટીડાથી બીઢા કરો તો પછી એવું જ થવાનું...!'

એટલામાં જ બેલ પડ્યો એટલે બન્ને પોત પોતાના ક્લાસમાં ગયા.

***

કાંતાબેન બાબુભાઈની રાહ જોઈ રહ્યાં હતાં. બાબુભાઈનો જમવાનો સમય થઈ ગયો હતો. જમતી વખતે એમને ગરમા-ગરમ ફૂલકાં રોટલી જોઈતી હતી. તવા પરથી સીધી થાળીમાં. એ બાર સાડાબારે ઘરે જમવા આવતા. જમ્યાં પછી હીંચકાં પર જ એકાદ કલાક વામકુક્ષી ફરમાવતા. પણ આજે એમને મોડું થઈ ગયું. કદાચ દુકાને ઘરાકી વધારે હશે. એ આવ્યાં ત્યારે થોડાં ભિન્ન હોય એમ લાગ્યું એટલે સમય વર્તે સાવધાન સમજી કાંતાબેન મૌન રહ્યા. કાંતાબેને થાળી પીસરી.

'ટપાલ.' ટપાલી ટપાલ નાખી ગયો.

કાંતાબેન આગળ જઈને ટપાલ લઈ આવ્યાં. બે-ત્રણ પત્રો અને એક બંધ પરબિડીયું હતું. જમતા જમતા બાબુભાઈ એકદમ ઊભા થઈ ગયા અને કાંતાબેનના હાથમાંથી એ પરબિડીયું છીનવી લીધું. એ ખોલી અંદરનો પત્ર ઝડપથી બહાર કાઢ્યો અને વાંચ્યો.

'સા.... એ.... એ.... એ... જ...!' બાબુભાઈ ગુસ્સે થઈ બોલ્યા.

'શું છે?" કાંતાબેન ડઘાય ગયા.

'કોઈ આપણી પાછળ પડેલ છે.' પત્ર પર ઝડપથી ફરી નજર દોડાવી એ બોલ્યા, 'કોઈ ફાયરું મારવા માંગે છે.'

'શું ફાયરું?' કાંતાબેનને કંઈ સમજ ન પડી.

'લે વાંચ...!' પત્ર કાંતાબેનને આપતાં એ બોલ્યા, 'આવો જ કાગળ આજે દુકાને પણ આવેલ છે.'

'શ્રીમાન બાબુભાઈ,' કાંતાબેને પત્ર વાંચવા માંડ્યો. 'તમને ચેતવવા માટે આ કાગળ લખેલ છે. તમારી છોકરીનું તમે જે ચોકઠું ગોઠવ્યું છે તે છોકરા નિખિલનું એની બેંકમાં જ કામ કરતી કેશિયર ભાવના સાથે ચક્કર ચાલે છે. બન્ને બહુ આગળ વધી ગયેલ છે. તમે ચેતી જાઓ તો સારું ! ચેતતા નર સદા સુખી. લિખિતંગ આપનો શુભચિંતક.' કાંતાબેને પત્ર વાંચ્યો અને એમને ચિંતા થઈ આવી. 'હવે?'

'હવે શું... કંઈ નહીં...! નાખી દે... કચરા ટોપલીમાં એ કાગળ.' ગુસ્સાને માંડ માંડ કાબૂમાં રાખ્યો બાબુભાઈએ.

ગરમા ગરમ રોટલી ભાણામાં આપતાં કાંતાબેન બોલ્યા, 'કોણ હશે...?'

બાબુભાઈને કોળિયો ગળે ઉતરતો નહોતો.

'આપણે તપાસ તો કરવી જ પડશે.' ગ્લાસમાં છાશ ભરતાં કાંતાબેન બોલ્યા, 'એમને એમ તો કોઈ.....' એમણે વાક્ય અધુરું છોડ્યું.

બાબુભાઈ મૌન જ રહ્યા. કાંતાની વાત સાચી હતી. 'તું વસુને વાત ન કરતી. એ પાછી....'

'ના....' એમની વાત વચ્ચેથી કાપતાં એ બોલ્યા, 'વસુને તો વાત કરવી જ પડશે. કોઈ બીજા મારફતે એને ખબર પડશે તો ઓડનું ચોડ થઈ જશે. એનાં કરતાં આપણે જ કરીશું વાત. હું એને સમજાવીશ.'

'હું તપાસ કરાવું છું.' જમતા જમતા અડધેથી બાબુભાઈ ઊભા થઈ ગયા.

'અરે...! જમવાનું તો પુરું કરો....!'

'ખાક જમવાનું...' ફોન કરીને એમણે મહેતાજીને દુકાનેથી ઘરે બોલાવી લીધાં. મહેતાજી વરસોથી દુકાનમાં કામ કરતાં હતાં. દુકાનના ચોપડા ઉપરાંત સ્ટોક, ઓર્ડર, નફો-તોટો, એક નંબર-બે નંબરનું, ઉપરનુ-અંદરનું, બધું જ એ સંભાળતાં હતાં. બહુ જ વિશ્વાસું હતાં.

'બોલો, ભાઈ કેમ આમ અચાનક તેડાવ્યો..?'

બાબુભાઈની બાજુમાં હીંચકા પર ગોઠવાતા મહેતાજી બોલ્યા, 'કંઈ અરજંટ કામ આવી પડ્યું....!'

'હં....અં...અં...!' ગુસ્સો માંડ દબાવી ઊંડો શ્વાસ લઈ બાબુભાઈ બોલ્યા.

કાંતાબેને મહેતાજીને પાણીનો ગ્લાસ આપ્યો.

'મહેતા, ગાડી લઈને તારે હમણાં જ નવસારી જવાનું છે. દૂધિયા તળાવ પર સ્ટેટ બેંકમાં.'

'આપણું કોઈ ખાતું ?' મહેતાજીને નવાઈ લાગી.

બાબુભાઈ હસી પડ્યા, 'અરે મહેતા, ત્યાં આપણે બહુ મોટું ખાતું ખોલાવી નાખેલ છે. તને કંઈ ખબર નથી. તું મારી વાત સાંભળ શાંતિથી. વચ્ચે ડબડબ ન કર. તું ત્યાં જા હમણાં ને તપાસ કર કે, ત્યાં કોઈ ભાવના કામ કરે છે કે કેમ ? કેશિયર...! સમજ્યો...?'

મહેતાજીને હજુ ય કંઈ ગડ બેસતી નહોતી. 'ભાવના?'

'હા, ભાવના અને એ કેવી છે એની માહિતી લઈ આવ અને જો સમજ કોઈને પણ જાણ થવી ન જોઈએ. શું સમજ્યો? જોઈએ તો તું અહીં જમી લે અને જમીને ગાડી લઈને નીકળ.'

'મેં તો મારું ટિફિન ખાઈ લીધું છે. હું નીકળું.' મહેતાજી નીકળી ગયા. પંખાની સ્પિડ

વધારવાનું કહી કાંતાબેનને કહી બાબુભાઈએ હીંચકા પર જ લંબાવ્યુ અને આંખો બંધ કરી. એમનો નિયમ હતો બપોરે વામકુક્ષીનો.

કોલેજથી વસુ આવી ગઈ. ટીવી ચાલુ કરી ધીમો અવાજ રાખી એ જમવા બેઠી. દરરોજ બપોરે આવતી સિરીયલો જોવાની એને મજા આવતી. જમ્યાં પછી આડી-આવળી વાતો કરી કાંતાબેને વસુને પુછ્યું, 'નિખિલકુમારનો ફોન નથી આવતો તારા પર...?'

'બે-ત્રણ દિવસથી નથી આવ્યો. કેમ?'

'એ આવવાના છે આ શનિવારે ?' મોટેભાગે શનિવારે નિખિલ વલસાડ આવતો.

'મને શું ખબર...! એ ક્યાં ફોન કરીને આવે છે?'

'જો, વસુ, દીકરા એમણે કદી તને કંઈ વાત કરી છે કોઈ ભાવનાની?'

'ભાવના?' હવે વસુને કંટાળો આવવા માંડ્યો. 'મમ્મી, મને સિરીયલ જોવા દે. તું ડિસ્ટર્બ ન કર.'

'જો સાંભળ, આજે એક કાગળ આવેલ છે નનામો. ઘરે અને દુકાને એમાં....'

'શું છે એમાં...?' હવે વસુએ કાંતાબેન તરફ ધ્યાન આપ્યું.

'એમાં લખેલ છે કે નિખિલકુમારનું ભાવના નામની કોઈ છોકરી સાથે ચક્કર ચાલે છે. કાગળ નનામો છે પણ....'

'મને કાગળ આપ.' વસુએ ટીવી બંધ કર્યું, 'મમ્મી, ક્યાં છે એ કાગળ?' વસુએ કાગળ લીધો. વાંચ્યો. ઘડી વાળી પાછો આપી દીધો.

'હવે?' એને અંદર અંદર આનંદ થયો. નિખિલનુ કોઈ લફરું હોય તો સારું. જાન છુટે પણ એ માવળિયો કંઈ લફરું કરે એવું લાગતું તો નથી.

'આપણે બધી તપાસ તો કરાવી હતી પણ આ નવો ફણગો ફુટ્યો.' સહેજ ચિંતાતૂર થઈને કાંતાબેન બોલ્યા.

'મમ્મી.' વસુએ પણ એની ચિંતા જાહેર કરી, 'મને તો બહુ બીક લાગે છે!'

'તારે ડરવાની જરૂર નથી પણ તું....' સહેજ અટકીને થૂંક ગળીને કાંતાબેન બોલ્યા, 'તું એની સાથે બહુ આગળ તો વધી નથી ગયેલીને ? તું સમજે છે ને કે હું શું કહેવા માંગું છું ? એની સાથે...'

'મમ્મી...' વસુ ચિઢાયને બોલી. 'એવું કંઈ નથી થયું.'

'તો સારું....' કાંતાબેનને રાહત થઈ, 'જો... દીકરા હમણાં સહેજ કાળજી રાખજે. એને બહુ ભાવ ન આપતી. તારા પપ્પા તપાસ કરાવે છે ત્યાં સુધી કોઈને કંઈ પણ કહીશ નહીં.'

'પણ મમ્મી મને તો બહુ બીક લાગે છે...'

'તને તારા પપ્પા પર વિશ્વાસ છે ને? એ કંઈ કાચું ન કાપે. શું સમજી? માટે તું ચિંતા ન કર. સહુ સારાવાનાં થશે.'

સાંજે મહેતાજી સમાચાર લઈને આવી ગયા. હા ભાવના કેશિયર છે ત્યાં અને બહુ ચબરાક છે. ભાવનાને એ જોઈ આવ્યા. સુંદર, દેખાવડી.

***

બાબુભાઈ બરાબર ગુંચવાય ગયા. શું કરવું કંઈ સમજ પડતી નહોતી. પોતાની જાત પરથી જાણે વિશ્વાસ ઊઠી ગયો.

ત્રણ દિવસ પછી બીજો પત્ર આવ્યો. પહેલી વારની જેમ જ દુકાને પણ અને ઘરે પણ.

શ્રીમાન બાબુભાઈ, મારો એક પત્ર આપને મળ્યો હશે. નિખિલ અને ભાવના હોલી-ધૂળેટીની રજાઓમાં આઠથી દશ માર્ચ દરમ્યાન સાપુતારા લેકવ્યૂ હોટલમાં રૂમ નંબર દશમાં રંગરેલિયા કરી આવ્યા છે. હોલી ઉજવી આવ્યા છે, લીલા-લ્હેર કરી આવ્યા છે. એ આપની જાણ ખાતર. જો માણસ સમયસર ન ચેતે તો પછી એના પર, એની ફેમિલિ પર ઘણી વિતે. ચેતતા નર સદા સુખી. આપનો સદાનો શુભ ચિંતક.

'તો વાત ઘણી આગળ વધી ગયેલ લાગે છે.' બાબુભાઈએ વિચાર્યું. છતાં નનામા કાગળ પર ભરોસો પણ કેવી રીતે કરાય? એનાં પર વિશ્વાસ કેમ કરીને થાય? આ તપાસ તો કરવી જ પડશે. જો સાપુતારાવાળી વાત સાચી નીકળે તો.... વિવાહ ફોક...! ગધેડાની ડોકે સોનાની ઘંટડી ન બંધાય.' એમણે તપાસ કરવા માંડી. એ તારીખો દરમ્યાન હોલી-ધૂળેટી હતી. નિખિલ વલસાડ આવ્યો નહોતો. ત્રણ દિવસની રજા હતી. અરે..! એક દિવસની રજા

હોય. શનિ-રવિની તો પણ એ વલસાડ દોડી આવતો. ત્યારે હોળી-ધૂળેટીની રજા હોવા છતાં એ વલસાડ કેમ ન આવ્યો ? એમણે બન્ને કાગળ સરખાવી જોયા. બન્ને નવસારીથી જ પોષ્ટ થયેલ હતાં. બન્નેના અક્ષરો મળતા આવતાં હતાં. કોઈએ અક્ષરો બદલવાની કોશિષ કર્યા વિના બન્ને પત્રો લખેલ હતાં.

કોણ હશે?

કદાચ ભાવના જ પત્ર લખતી હશે...!

હવે આ સાપુતારાની વાત કેવી રીતે ચકાસવી?

નિખિલને જ સીધી પૂછી લેવું?

ના...ના....એ કંઈ થોડું કહેવાનો કે એને ને ભાવનાને લફરું છે!

તો....?

પોલિસ...? હા, પોલિસની મદદ જો મળે તો દૂધનું દૂધ અને પાણીનું પાણી થઈ જશે.

મહેશ માંજરેકર. ઈન્સપેક્ટર મહેશ માંજરેકર. એ બાબુભાઈને બરાબર ઓળખતા હતા. એમના કાયમી ધરાક. યુનિફોર્મનું કાપડ પણ એમની દુકાનેથી જ લેતાં. એમને દાણો દાબી જોવામાં શું વાંધો છે? એમણે ફોન કરી જાણી લીધું કે મહેશ માંજરેકર ઘરે જમવા જ ગયા હતા. એમણે ફોન કરી એમને મળવાનું નક્કી કર્યું. એ તરત ઈન્સપેક્ટરને ઘરે ગયા. મળ્યા. એમને માહિતગાર કર્યા. સમજાવ્યા ! લેકવ્યૂ હોટલ. માર્ચ આઠથી દશ. રૂમ નંબર દશ. ઈન્સપેક્ટરે તરત એમના ચક્રો ગતિમાન કર્યા. ફોનના ચકરડા ગુમાવ્યા. વાયરલેસ થયા. મોબાઈલ ફોન થયા.

અને સાંજે તો માહિતી આવી પણ ગઈ.

પત્રની વાત સાચી હતી.

નિખિલના નામે જ રૂમ બુક કરવામાં આવી હતી. તારીખ, રૂમ નંબર સાવ મળતા હતા. સરનામું નવસારીનું જ હતું પણ ખોટું લખાવેલ હતું. હિંમત તો જુઓ મારા બેટાની.

મને બાબુ ભાઈ કાપડિયાને બનાવવા નીકળ્યો હતો? બચ્ચુ, શૂન્યમાંથી સર્જન કર્યું છે આ બાબુભાઈએ. એમને એમ કંઈ નથી થયું એ. બાબુને કોઈ કાબૂમાં ન રાખી શકે!

એ સાંજેને સાંજે બાબુભાઈએ નવસારી નિખિલના પિતાને ફોન કરી કહી દીધું. 'અમને આ સબંધ મંજૂર નથી. વિવાહ ફોક...! બોલ્યું ચાલ્યું માફ...! સલામ-નમસ્તે...! તમો તમારા રસ્તે અમો અમારા રસ્તે. તમે વસુને ચઢાવેલ ઘરેણાં માં કુરિયર કરી દીધાં છે. તમને કાલે મળી જશે. અમારા તમારે મોકલવા હોય તો મોકલજો નહીંતર મારા તરફથી દાન મળ્યું એમ સમજજો!'

બિચારી વસુના માથા પરથી તો ભાર જ ઉતરી ગયો. હાશ, સાવ હળવી થઈ ગઈ.

***

'કેમ અલી, આજે તો કંઈક બહુ ખુશ લાગે છે ને...!' ગુલશન મળી વસુને કૉલેજના કોમન રૂમમાં, 'વસુ, મારી વસુ કેમ થાય છે આજે બહુ હસુ હસુ...? તારો લંબુસ આજે મરવા પડવાનો કે શું....?'

સલામ-નમસ્તેનું ગીત ગાતી વસુ એકદમ અટકીને બોલી, 'ગ્...ઉ...ઉ...લ્લુ...! હવે ભૂલી જા એ બગલાને. એ લંબુસને... લાંબા નાક વાળાને..!'

'કેમ....કેમ...? કંઈ થયું કે શું...? કે પછી કંઈ ચક્કર ચાલે છે...?'

હવે ચમકવાનો વારો હતો વસુનો. એણે નિખિલના ચક્કરની વાત કોઈને કરી ન હતી તો પછી આ ગુલશન શું બટાકા બાફતી હતી...!

'તને કોણે કહ્યું...?'

'ખોદાયજીએ...!' ઝડપથી ઊભા થઈ જતાં ગુલ બોલી.

'બેસ, ગુલ...!' ગુસ્સાથી એના બન્ને ખભા પર બે હાથ મુકી ખુરશી પર બળપૂર્વક બેસાડતાં વસુ બોલી, 'તને કોણે કહ્યું કે...'

'કે તારો ભાવિ ભરથાર પંતગિયું છે? ભાવિ ભરથાર ભમરો છે? ભાવનાની પાછળ પાછળ ભમતો ભમરો....!'

'ગુ....ઉ...ઉ...લ્લુ...!' વસુની આંખો આશ્ચર્યથી પહોળી થઈ ગઈ. આ ગુલ તો બધું જાણતી લાગે છે!

'અરે... ગાંડી.' હસતા હસતા ગુલ બોલી, 'અરે... પગલી, તારો ગાંડિયો, આજે એ રડતો હશે તારા નામનું!' હસવાનું માંડ માંડ રોકી એ બોલી, 'બિચ્ચારો.... ફૂટાઈ મરીયો...! અને સાંભળ હું જ તારી શુભચિંતક છું...!' ગુલ વસુના કાનમાં ધીમેથી બોલી, 'એમ તે કંઈ અણગમતા માટીડા સાથે અદરાય જવાય...?'

'તું...?' વસુને વિશ્વાસ પડતો નહોતો.

'હા.... હું...!' વસુને હાથ પકડી એને પ્રેમથી બેસાડતા ગુલશન મરકીને બોલી, 'મેં જોયું કે તું ના પાડી શકવાની નથી અને તારા પપ્પાજી તને બરાબરની ભેરવી જ દેવાના હતાં. મેં મારા જમશેદને તારી વાત કરી. તમો વાણિયા દિલ કરતાં દોલતનું વધારે વિચારો...!' જમશેદ ગુલનો મંગેતર હતો. એ નવસારી જ રહેતો હતો, 'મારે તને ગમેતેમ કરીને બચાવવી હતી. અમે બન્ને એક દિવસે નવસારી સ્ટેટ બેંક પર ગયા. ત્યાં ભાવનાને જોઈ. ભાવનાને ભેરવીને નિખિલનો શિકાર કરવાનો મને વિચાર આવ્યો. મેં એ જમશેદને જણાવ્યો તો એને પણ પસંદ પડી ગયો.' ધીમું હસતા હસતા ગુલ બોલી, 'ભાવનાને તો બિચારીને કંઈ ખબર નથી. અમે તો ભાવનાને ઓળખતા પણ નથી. પછી જમશેદે તારા બાવા. આઈ મીન તારા પપ્પાજીને કાગળ લખ્યા. હું લખું તો તું તો મારા અક્ષરો ઓળખી જ જાય. દુકાને અને ઘરે લખવા માટે મેં જ કીધેલું કે જેથી કાગળ મળે ને મળે જ....! પછી હું અને જમશેદ હોળીની રજામાં સાપુતારા ગયા. તારા બબૂચક નિખિલના નામે રૂમ રાખ્યો લેકવ્યૂ હોટલમાં ને મજા કરી ત્રણ દિવસને બે રાત. તારા પપ્પાજીએ બધી તપાસ કરાવીને પછી તો તારી જાન છૂટી. જા મજા કર થાય એટલી. ભૂલી જા એ બિચારા લંબુસને. ને જલસા કર એકદમ બિંદાસ્ત થઈને. જિંદગીમાં એમ તે કંઈ ભેરવાઈ જવાઈ અણગમતા માટીડા સાથે. ને સમજ ગાંડી...! હવે જે કંઈ કરે તે સમજી વિચારીને કરજે. ને જોજે પાછી કોઈની આગળ ભસી ન મરીશ કે મારું નામ ના લઈશ.' આભારવશ જોઈ જ રહી વસુ એની નટખટ સખીને....

3
સરપ્રાઈઝ

'હેલ્લો, કોણ ?' કૉલર-આઈડીમાં નંબર ન પડતાં મેં પૂછ્યું.

'હું નીલ... અંકલ !' સામેથી ઘેરો અવાજ આવ્યો. એ નીલનો ફોન હતો.

'ઓહ ! નીલ ! આફ્ટર અ લૉંગ ટાઈમ !' મેં કહ્યું.

'સોરી... અંકલ ! યુ નો અવર લાઈવ્સ...'

'યા...યા.... !' સોફા પર પગ લંબાવી મેં આરામથી બેસતાં કહ્યું, 'તારી જોબ કેમ છે? આઈ.બી.એમ કે બીજે ક્યાંક?'

'આઈ.બી.એમ? ઈટ્સ ફ્રૂઉઉલ !' નીલે હસતાં હસતાં કહ્યું. નીલ સૉફ્ટવેર ઍન્જિનિયર હતો. એણે આગળ વાત કરતાં કહ્યું, 'યુ નો અંકલ, આજકાલ જોબ માર્કેટ ડાઉન છે. પણ અત્યારે તો જોબ છે. બાકી કહેવાય છે ને કે, યુ કેન નોટ રિલાય ઓન થ્રી ડબ્લ્યુઝ ઈન યુ.એસ. વર્ક, વેધર, ઍન્ડ...!' 'વુમન....!' હસતાં હસતાં મેં એનું વાક્ય પૂરું કર્યું. નીલ મારા મિત્ર કરસનનો દૂરનો ભત્રીજો હતો. કરસને જ એને દેશથી અમેરિકા બોલાવ્યો હતો. ભણાવ્યો હતો, પરણાવ્યો હતો અને ઠેકાણે પણ પાડ્યો હતો. 'અંકલ, હાઉ ઈઝ રાધા આન્ટી?'

'એઝ યુઝઅલ, શી ઈઝ બીઝી ઈન કિચન...'

'અંકલ, કેકે અંકલની બર્થ ડે છે, યુ નો?' એને વાત વાતમાં 'યુ...નો' બોલવાની આદત હતી.

'યસ, આઈ નો.'

'તો એમના માટે સરપ્રાઈઝ બર્થ-ડે Party એરેન્જ કરવાની છે. એમને ફિફ્ટી થવાના. યુ નો. ગોલ્ડન જ્યુબિલી! તમારે, આન્ટીએ અને સોનીએ તો ખાસ આવવાનું જ છે. યુ નો ! આ સરપ્રાઈઝ Party છે.'

'યસ !'

'એટલે જ ઈન્વીટેશન કાર્ડ કે એવું કંઈ નથી. ખાસ રિલેટિવ્ઝ, ફ્રેન્ડ્ઝ અને અંકલનું ક્લોઝ સર્કલ છે. એબાઉટ 150 થઈ જશે.' એ અટક્યો અને ઊમેર્યું, 'આઈ નીડ યોર હેલ્પ. પ્રોગ્રામની આઉટ લાઈન અને ગેસ્ટ લીસ્ટ તમને ઈ-મેઈલ કરું છું. પ્લીઝ, ચેક ઈટ. તમારે કંઈ ચેઈન્જ કરવું હોય, એડ કરવું હોય, જસ્ટ ડુ ઈટ, યુ નો, કેકે અંકલની સૌથી ક્લોઝ હોય તો તમો જ છો !'

કેકે એટલે કરસન ! કરસન કડછી ! મારો લંગોટિયો સીધો સાદો ભોળિયો કરસન કડછી. હું અને કરસન વરસો પહેલાં દેશમાં એક જ સ્કૂલમાં સાથે ભણ્યાં હતાં. એક જ આસનમાં ભોંય પર બેસતા હતાં. કરસન, મોહન કડછીનો એકનો એક પુત્ર. અમારા ગામમાં ખેતીવાડી હતી. બે માળનું ઘર હતું, જ્યારે કરસન બ્રાહ્મણ ફળિયામાં એક ખોરડામાં એનાં પિતા મોહનકાકા સાથે રહેતો હતો. મોહનકાકા રસોઈયા હતા. સમાજમાં લગ્ન પ્રસંગ હોય કે મરણનું જમણ હોય, મોહનકાકાની રસોઈ વગર પ્રસંગ અધૂરો ગણાતો. એમની દાળ એટલી સ્વાદિષ્ટ બનતી કે બધાં એમને કડછી કહેતા અને પછી એ એમની અટક બની ગઈ. કરસન પણ એમની સાથે મદદે જતો. એ જમાનામાં લાપસી, રીંગણ બટાકાનું શાક અને દાળભાતનું જમણ લગ્ન પ્રસંગે સર્વમાન્ય ગણાતું. મોહનકાકાની દાળનો સ્વાદ આટલા વરસે પણ મારા મોઢામાં પાણી લાવી દેતો હતો.

કરસન પણ પિતાની સાથે સાથે રસોઈ બનાવતા શીખી ગયો. અમે બંને હાઈસ્કૂલ સાથે ભણ્યા. ભણવામાં એ સામાન્ય હતો. નિરપરાધ નિદોષ, ભોળિયો અને કોઈ ખોટી લાગણી નહીં, કોઈ ખોટી માંગણી નહીં. સમયના રોજ બદલાતા જતા ચોકઠામાં ગોઠવાઈ જવાનું જો શીખવું હોય તો કરસન પાસે જ શીખવું પડે. હાઈસ્કૂલ પછી હું સુરત 'ગાંધી એન્જિન્યરિંગ કૉલેજ'માં ઈજનેરીનું ભણવા લાગ્યો અને કરસન પિતાની સાથે ખાનદાની ધંધામાં જોડાયો. ધીરે ધીરે રાંધવાની કલામાં પાવરધો બની ગયો. મોહનકાકાની તબિયત નરમ-ગરમ રહેતી પણ કરસને એમની સાથે રહી યુવાન વયે જ એમની બધી કલા આત્મસાત કરી લીધી. હું આ દરમિયાન ગાંધી કૉલેજમાં ભણી ઈલેક્ટ્રીકલ એન્જિનિયર બની ગયો અને કરસન અવ્વલ રસોઈયો. મને સુરત મ્યુનિસિપાલીટીમાં નોકરી મળી ગઈ અને કરસન લગ્નની સિઝનમાં બીઝી રહેવા લાગ્યો. એના જીવનમાં પણ તકલીફો

રહેતી પરંતુ એ જિંદગી જેવી હતી એવી અપનાવતા શીખી ગયો હતો. જિંદગી વિશે કદી કોઈ કડવી વાત, ફરિયાદ એના મોંએથી નીકળી ન હતી. થોડા સમય બાદ તો મોહનકાકા સંપૂર્ણ નિવૃત્ત થઈ ગયા હતા. કરસનની આર્થિક પરિસ્થિતિ નબળી રહેતી, પણ એ હરદમ હસતો રહેતો. હું એની પરિસ્થિતિ સમજતો અને મારાથી બનતી મદદ કરતો. અરે! મારા પહેરેલા કપડાં એને આવી રહેતા અને એ પણ એ રાજીખુશીથી પહેરતો! જિંદગીનું ચગડોળ નિરંતર ફરતું રહેતું હોય છે.

નજીકના ગામના એક અંબુ પટેલ અમેરિકાથી એમના કુટુંબ સાથે દરેક શિયાળામાં આવતા. પટેલ ફળિયામાં એમનું મહેલ જેવું ઘર હતું. અમેરિકામાં એમનો ઈલેક્ટ્રોનિક્સ આઈટમનો એક્સપોર્ટ - ઈમ્પોર્ટનો બહોળો બિઝનેસ હતો અને ગામમાં ખેતી. ગામમાં એમણે રાધા-કૃષ્ણનું ખૂબ મોટું મંદિર બંધાવ્યું હતું અને મંદિરમાં મૂર્તિની પ્રાણ-પ્રતિષ્ઠા વખતે બહુ મોટો જમણવાર રાખેલો. એ જમણવારમાં પણ રસોઈ તો કરસનની જ. અંબુભાઈએ એ વખતે કરસનના હાથની દાળ પહેલીવાર ચાખી અને આંગળાં ચાટતાં રહી ગયા. એમને પોતાના ગામનાં ઘર માટે આવા જ કોઈ માણસની જરૂર હતી. તેથી એમણે કરસનને પોતાના ઘરે રાખી લીધો. કરસન તો બટાકા જેવો હતો. ગમે તે શાકમાં ગમે તે રીતે વાપરી શકો. થોડા સમયમાં તો ઘરના માણસની જેમ અંબુભાઈના કુટુંબનો જ સભ્ય બની ગયો. અંબુ ભાઈએ બે-ત્રણ વાર દેશ-પરદેશ કર્યું પણ અમેરિકા આવ્યા બાદ એમને કરસનની દાળ યાદ બહુ આવતી. કરસનની દાળ વિનાનું જમણ એમને અધૂરું અધૂરું લાગવા માંડ્યું. એક વખતે જ્યારે તેઓ દેશ આવ્યા ત્યારે તેમણે કરસનને અમેરિકા આવવા માટે કહ્યું. કરસનને શો વાંધો હોય? મોહનકાકા તો સ્વર્ગે સિધાવી ચુક્યા હતા. વળી એ જમાનામાં આજની જેમ ઈમિગ્રેશન-વીઝા-પાસપોર્ટની લમણાઝીંક પણ ન હતી. થોડા જ સમયમાં તો કરસન ગામથી માયામીમાં આવી ગયો. આ સમય દરમિયાન હું પણ મારી પત્ની રાધાની પાછળ પાછળ અમેરિકા આવ્યો. રાધા અમેરિકાની સિટિઝન હતી એટલે જલદી આવી શકાયું. કરસનના આવ્યા બાદ લગભગ છ-એક મહિને હું અહીં New Jersey આવ્યો. અમારે રોજ ફોન પર વાતો થવા માંડી.

કરસને અંબુભાઈને જીતી લીધા હતાં. રસોઈકલામાં તો એ પાવરધો હતો જ. ટીવી જોઈ, પુસ્તકો વાંચી કરસન રોજ નવી નવી વાનગીઓ બનાવવામાં પારંગત બની ગયો. અંબુભાઈએ પણ એને મોકળું મેદાન પૂરું પાડ્યું. કહેવાય છે કે દિલ જીતવાનો રસ્તો પેટમાંથી પસાર થાય છે! અંબુ પટેલે કરસનની કલા પારખી. એ તો પોતે ડોલરના ડુંગરા પર બેઠા હતા જ, ધન ક્યાં રોકવું એ પ્રશ્ન હતો. આ બધાનું પરિણામ એ આવ્યું કે એક દિવસ કરસન કડછીની આગેવાની હેઠળ માયામીમા એશિયન રેસ્ટોરાં, 'કડછી'નું ઉદ્ઘાટન માયામીના મેયરે કર્યું. રેસ્ટોરાં માટે 'કડછી' નામ પણ અંબુભાઈએ પસંદ કર્યું.

ખાવાના શોખીનો તો ક્યાં ન હોય? વળી, માયામી બહુ મોટું ટુરિસ્ટ પલેસ. કરસનની 'કડછી' ધમધોકાર ચાલવા માંડી. અંબુભાઈની ધંધાકીય સૂઝ અને કરસનની મહેનતથી

સ્વાદનો સપ્તરંગી સાગર અમેરિકામાં ફેલાઈ ગયો. કરસન પછી 'કેકે' તરીખે ઓળખાવા લાગ્યો. રેસ્ટોરાંનું ધ્યાન રાખવા છતાં સવાર સાંજ અંબુભાઈના ઘરની રસોઈ પણ એ જાતે જ બનાવતો. એની વિનમ્રતા, ભલમનસાઈ અને પ્રમાણિકતામાં વધારો થતો ગયો. અંબુભાઈએ તેની ભલમનસાઈની કદર કરીને એને 'કડછી' રેસ્ટોરાંમાં પાર્ટનર બનાવી લીધો. માયામીમાં કરસન માટે સરસ મજાનું ત્રણ બેડરૂમનું હાઉસ ખરીધું, એને પરણાવ્યો અને સેટલ કરીયો.

પછી તો 'કડછી' બ્રાન્ડ નેઈમ બની ગયું. 'કડછી' ચેઈન રેસ્ટોરાં અમેરિકામાં ફેલાવા લાગી. ન્યુયોર્ક, શિકાગો, વોશિંગ્ટન, બોસ્ટન, એલ.એ. - 'કડછી'ની શાખાઓ ખુલતી ગઈ. કેકે વ્યસ્ત રહેવા લાગ્યો પણ તેમ છતાં મારી સાથે દિવસમાં એક વાર વાત કર્યા વિના એ સૂતો નહીં. રાત્રે - મધરાત્રે એનો ફોન આવે જ અને ન આવે તો હું કરું. અમારી મિત્રતા પણ મજબૂત થતી ગઈ.

અંબુભાઈ સ્વર્ગે સિધાવ્યા ત્યારે બોર બોર આંસુએ મારા ખભા પર માથું રાખી નાના બાળકની જેમ રડ્યો હતો. કેકે હવે રેસ્ટોરામાં સર્વેસર્વા હતો. પ્રોફિટની રકમમાંથી ભાગીદારીના પૈસા તે અંબુભાઈના સંતાનોને આપી દેતો. વળી, એમના સંતાનોને તો પોતાના ધંધામાંથી સમય ન હતો એટલે 'કડછી'ની પૂરેપૂરી માલિકી કેકેને જ સોપી દીધી. કેકેએ દેશમાંથી પોતાના અનેક સગાવહાલા, મિત્રો, રસોઈયાઓને બોલાવ્યા સાથે રાખ્યા, ભણાવ્યા અને ઠેકાણે પાડ્યા.

કેકેની પત્ની પણ સંસ્કારી હતી. તેને દરેક પગલે સાથ આપતી. એનો પુત્ર શ્યામ પણ હોટલનું ભણ્યો અને માયા નામની સુશીલ કન્યા સાથે પરણ્યો. તેઓ શિકાગોમાં રહેવા લાગ્યા. કેકેની પુત્રી પાયલ સોફ્ટવેર ઈજનેર બની ન્યુયોર્ક સેટલ થઈ હતી. માયામીથી બિઝનેસ ચલાવવો અઘરો લાગતા કેકે દશ-બાર વર્ષ પહેલા એડિસન, New Jersey સેટલ થયો. અને આમ એ જીવનમાં સતત પ્રગતિ કરવા લાગ્યો. આવો મારો પરમમિત્ર કેકે, પચાસનો થઈ ગયો હતો, લાખો ડોલરનો માલિક છતાં કોઈ અભિમાન નહીં, કોઈ દેખાડો નહીં. બીજા માટે જીવતો, દાન કરતો, બધાની તકલીફો સમજતો. ખૂબ સાદું અને સરળ જીવન જીવતો.

હવે આવા કેકેને સરપ્રાઈઝ Party આપવાની હતી! ન જાણે શું હશે એનો પ્રતિભાવ. એના ભત્રિજા નીલની ઈ-મેઈલ માં જોઈ. ખૂબ ધ્યાનપૂર્વક મહેમાનોનું લીસ્ટ બનાવેલું. અહીંના 'રોયલ આલ્બર્ટ પેલેસ'નો ગ્રાન્ડ સેન્ટ્રલ હોલ બુક કરાવ્યો હતો. અનેક વાનગીઓનું તો મેનું. નીલની પુત્રી આ પોગ્રામમાં ભરતનાટ્યમ કરવાની હતી અને ખૂબ મોજ મજાના કાર્યક્રમનું આયોજન કરવામાં આવ્યું હતું. મારા માટે તો આ Party સૌથી અગત્યની હતી કારણ કે મારા જિગરી દોસ્ત કેકેની સરપ્રાઈઝ Party હતી. મારી જવાબદારી સહુથી વિચિત્ર હતી. મારે કેકેને અને એની પત્ની શાંતાને Partyમાં લઈ આવવાના હતાં અને એ

પણ એમને જરાય જાણ ન થાય એ રીતે. એનો પ્લાન મારે વિચારવાનો હતો. મેં અને રાધાએ નક્કી કર્યું કે અમારી એનિવર્સરીની વાત ઉપજાવી કાઢીને કેકેને Partyમાં લઈ જઈશું. મને ખાત્રી હતી કે કેકે કદી ના નહીં પાડે અને તેથી મેં કેકેને ફોન જોડ્યો.

'હલ્લો કેકે' મેં કેકેને ફોન કરીયો.

'બોલ, તું કેમ છે ?' સામે કેકે બોલ્યો.

'બસ જલસા છે. તું કહે......'

'અમારે તો કડછીમાંથી ઊંચા આવીએ તો ને... ઘણા વખતથી મળવું છે પણ મળાતું નથી.'

'તેં તો મારા મનની વાત છીનવી લીધી. લિસન કેકે, આવતાં સન્ડે આપણે મળીએ છીએ. કોઈ બહાના નહીં. અને માત્ર તું, ભાભી, હું અને રાધા. બસ ચાર જ જણ કારણ કે મારી મેરેજ એનિવર્સરી છે. બરાબર છનાં ટકોરે હું તને હાઉસ પર લેવા આવીશ.' મેં વાત બનાવી અને કેકેની સંમતિ લઈ લીધી.

રવિવારે હું અને કરસન નીકળીએ એટલે મારે નીલને મેસેજ આપી દેવાનો હતો. મેં આલિશાન લિમોઝીન કાર ભાડે કરી. નીલે એના મિત્રને અમારી ગાડીનો પીછો કરવા મુક્યો હતો. બરાબર છ ને પાંચે ગાડી કેકેના બારણામાં ઊભી રહી. કેકે અને શાંતાભાભી તૈયાર જ હતાં. સાટીનના સુરવાલમાં કેકે માંડ ચાલીસનો લાગતો હતો.

'અરે! બહુ પૈસા વધી પડ્યા છે તારી પાસે?' કેકે લિમોઝીન જોઈને બોલ્યો.

'ચાર મારી મેરેજ એનિવર્સરી છે. આટલા વરસોથી અમેરિકામાં છીએ પણ આલિશાન કારમાં કદી બેઠા નથી. ચલ જલદી કર, ભાડું વધી જશે.'

'યસ યસ' કહી એ અને શાંતાભાભી ઝડપથી ગાડીમાં ગોઠવાયા. મેં નીલને મેસેજ આપી દીધો અને વીસ મિનિટમાં તો અમે 'રોયલ આલ્બર્ટ પેલેસ' પર પહોંચ્યાં.

'અલ્યા, આલ્બર્ટમાં જ ખાવું હતું તો આપણે ઘેર શું ખોટું હતું?' કેકે બોલ્યો.'જસ્ટ ચેઈન્જ.' મેં એની સાથે નજર મેળવ્યા વિના જ કહ્યું. મારું દિલ ધક ધક થતું હતું. રાધા એનો ચૂડીદાર દુપટ્ટો સરખો કરતી હતી. શાંતાભાભી બહાર નીકળ્યા. મેં ડ્રાઈવરને પચાસની નોટ ટીપમાં આપી તો કેકેની આંખ આશ્ચર્યથી પહોળી થઈ ગઈ. 'આલ્બર્ટ પેલેસ' વાળા જો કેકેને ઓળખી જાય તો લોચા પડી જાય તેથી મેં એને અને શાંતાભાભીને ઝડપથી ગ્રાન્ડ સેન્ટ્રલ હોલ તરફ દોર્યા. હોલમાં દોઢસો જેટલા માણસો ટાંકણી પડે તો તેનો અવાજ પણ

સંભળાય એવી શાંતિથી અંધારામાં બેઠાં હતાં.

મેં હૉલનો મેઈન ગેઈટ ખોલ્યો અને ધીરેથી કેકેને અંદર ધકેલ્યો. 'સરપ્રાઈઝ.' હૉલમાં સહુ એક સાથે પોકારી ઊઠ્યાં. હૉલ ઝળહળા થઈ ગયો. 'હેપ્પી બર્થ ડે ટુ કેકે.'

આશ્ચર્યથી હક્કો-બક્કો થઈ ગયો કેકે. એના ડોળા ચકળવકળ થવા લાગ્યા. આંખ ભીની થઈ ગઈ. 'ઓહ નો!' એ બધા તરફ જોવા લાગ્યો. ચકાકારે સહુએ એને ઘેરી લીધો હતો. હું એની એકદમ નજીક હતો. એ મારા તરફ ઢળ્યો. મેં એને સંભાળી લીધો. એનો હાથ છાતી પર ભીંસાયો. મને-અમને કોઈને કશી સમજ ન પડી.

'કેકે...! કેકે...!' બધાએ એને ઘેરી લીધો પણ, કેકે બધાને છોડીને જતો રહ્યો હતો. એને માસિવ હાર્ટ એટેક આવ્યો હતો. અમો કંઈ પણ કરી ન શક્યાં. અમને બધાને સરપ્રાઈઝ આપી ગયો કેકે !

4

જિંદગી - એક સફર...

મોહન કે જે મેકના હુલામણા નામે ઓળખાતો હતો એ અને એની પત્ની સીતા એમને નૂવાર્કના લિબટી ઈન્ટરનેશનલ એરપોર્ટ પર મૂકવા આવ્યા હતા. 'ડેડ, ટેઇક કેર...!' મેકે ધીરુભાઈ સાથે હસ્તધૂનન કરતાં કહ્યું, 'વી આર વેરી સોરી. અમે કોઈ તમારી સાથે આવી નથી શકતા... યૂ નો અવર સિચ્યૂએશન...!'

'ડૉંટ વરી સન...! તારી મોમ છે ને મારી સાથે... !' મ્લાન હસીને ધીરુભાઈ બોલ્યા.

'ડેડ..!' ધીરુભાઈને ભેટી પડતા મેક ભાવુક થઈ ગયો. 'હવે મોમ ક્યાંથી આવવાની?'

સહુને બાય કહી ધીરુભાઈ જંબો વિમાનમાં દાખલ થયા. 'લેટ મી હેલ્પ યૂ સર.' બિઝનેસ ક્લાસની એરહોસ્ટસે ધીરુભાઈના હાથમાંથી હળવેકથી હેંડબેગ લઈ ઓવર હેડ લગેજ સ્ટોરેજમાં મૂકી.

'ટેઇક કેર!' ધીરુભાઇએ હસીને કહ્યું, 'અંદર ઘણો જ કીમતી સામાન છે!'

'આઈ વિલ.' હસીને એરહોસ્ટેસ બોલી.

ધીરુભાઇએ લિવાઈઝના નેવી બ્લ્યુ જીન્સ પર વાદળી કોટન શર્ટ અને બ્લ્યુ બ્લેઝર પહેરેલ હતું, તે બ્લેઝર કાઢી એરહોસ્ટેસને સોંપ્યુ. બોર્ડિંગ કાર્ડ પર સીટ નંબર ફરી તપાસી એ પોતાની પહેલી લેધર ચેર પર ગોઠવાયા. ટેઈક ઓફ થવાને હજુ દોઢેક કલાકની વાર હતી.

'ડુ યૂ નીડ એનીથિંગ સર?'

'નોટ નાઉ.' બેક-રેસ્ટ પુશ કરી આરામથી બેસતાં ધીરુ ભાઈએ આંખો બંધ કરી. અઢાર કલાકનો પ્રવાસ હતો. નૂવાર્કથી મુંબઈનો, વાયા પેરિસ. કેટલાં ય વખતથી દેશ જવાનું વિચારતા હતા. કાંતા સાથે...

- અને આજે...?

- આજે પણ કાંતા તો સાથે જ છે ને?

- અસ્થિ સ્વરૂપે!

- ઓહ... કાંતા... એમનાથી ઓવરહેડ સ્ટોરેજ તરફ એક નજર થઈ ગઈ. એમાં મુકેલ સેમ્સોનાઇટ બેગમાં હતી. કાંતા... ! અસ્થિ સ્વરૂપે... ઓમ શાંતિ... ઓમ... લખેલ સરસ રીતે પેક કરેલ બોક્ષમાં સમાઈ હતી કાંતા...! એક નિઃશ્વાસ નખાઈ ગયો એમનાથી. જવું હતું તો કાંતા સાથે દેશમાં ચારધામની યાત્રાએ, એની ખાસ ઇચ્છા હતી. દુનિયાના ધણા દેશો ફરી લીધા હતા, આખું અમેરિકા, યૂરોપ, ઓસ્ટ્રેલિયા, આફ્રિકા, બસ ધણા લાંબા સમયથી દેશ જવાયું ન હતું. ધીરુભાઈ આજથી બેતાલીસ - તેતાલીસ વરસ પહેલાં અહીં યુએસ આવ્યા હતા અને આજે તેઓ છાસઠના થયા. કેટલો લાંબો સમય થઈ ગયો...! છાસઠ વરસની ઉંમર એમના શરીર પરથી લાગતી ન હતી. એકવડું પોણા છ ફૂટનું ચુસ્ત કદ. એમણે શરીરને બરાબર જાળવ્યું હતું. બસ, એક ચશ્માં હતા, નખમાં ય રોગ ન હતો. હા, વાળ જરૂર ઓછા થઈ ગયા હતા પણ માંડ પચાસના લાગતા હતા.

'વી આર રેડી ટુ ટેઈક ઓફ.' પાઇલટ કેપ્ટન સિન્હાનો ઘેરો અવાજ પીએ સિસ્ટમમાં ગૂંજ્યો, 'પ્લીસ ફાસન યોર સીટ બેલ્ટ.'

'હિયર વી ગો કાંતા. ધીરુભાઈ સ્વગત બબડ્યા.' સીટ બેલ્ટ બાંધી બેક રેસ્ટ એમણે યથા સ્થાને ગોઠવ્યું. જમ્બો વિમાન ટરમેક પરથી ધીમેથી બેક-અપ થયું. રનવે પર ગોઠવાયું, દોડ લગાવી પલકવારમાં હવામાં અધ્ધર થયું. થોડાં સમયમાં તો ત્રીસ-બત્રીસ હજાર ફુટની નિર્ધારીત ઊંચાઈએ પહોંચી ગયું. સીટ બેલ્ટની સાઈન ઓફ થઈ. ચપળ એર હોસ્ટેસ એમની પાસે આવી, 'વોટ વિલ યૂ લાઇક ટુ ડ્રીંક ?'

'બ્લેક લેબલ ઓન ધી રોક્સ...!'

ચળકતા ક્રિસ્ટલ ગ્લાસમાં આઈસ ક્યૂબ ભરી, બ્લેક લેબલ વ્હિસ્કીથી ગ્લાસ ભરી એર હોસ્ટેસ બીજા પ્રવાસીઓની સરભરામાં પરોવાઈ. વ્હિસ્કીનો ઘૂંટ ચૂસતા ચૂસતા ધીરેથી ગળા નીચે ઉતારી ધીરુભાઈએ આજુબાજુ સહ પ્રવાસીઓ તરફ નજર કરી. સહું કેટકેટલાં

પાસે હતાં...! છતાં પણ જાણે પોત પોતના કોચલામાં પૂરાયેલ હતાં. ટોળામાં જાણે સહુ એકલવાયા અને હવે તો ધીરુભાઈ પણ સાવ એકલવાયા જ થઈ ગયા હતાને? નવેક મહિના પહેલાં મધ્યરાત્રિએ કાંતાને અચાનક હાર્ટ-એટેક આવ્યો. પોતે તો ભર ઊંઘમાં હતાં. નિંદ્રાદેવીનું એમને વરદાન હતું. કાંતાએ જેમ તેમ કરીને ઢંઢોળ્યાં, જાગ્યાં. નાઈન વન વન, પાંચ મિનિટમાં તો ઍમ્બ્યુલન્સ આવી ગઈ પણ કાંતાનું હૃદય બે-ત્રણ મિનિટ માટે ધબકવાનું ચૂકી ગયું. ઈએમએસ વાળાએ જંપ આપ્યો. શોક આપ્યો ને. હૃદય ફરી ધબકવા તો માંડ્યું પરંતુ કાંતા ફરી ધબક્તી ન થઈ. ફેફસામાં પાણી ભરાઈ ગયું. વળી મગજને લોહી ન મળતાં મગજમાં ક્લોટ થઈ ગયો. ફેફસાએ જવાબ આપી દીધો, રેસ્પિરેટર - લાઇફ સપોર્ટ પર મૂકી દેવાઈ. જિંદગીમાં પૂર્ણવિરામ પહેલાં કોમા આવે એ ત્યારે ધીરુભાઇએ જાણ્યું. દશ દિવસ બાદ નિર્ણય લેવાનો હતો.

શું કરવું...?

પણ કાંતાએ એ પ્રશ્ન જ ઊભો ન થવા દીધો. પોતે જ હરિના માર્ગે ચાલી નીકળી. ધીરુભાઇને સાવ એકલા મૂકીને.... દશ દિવસ એ બેહોશ રહી. ધીરુભાઈ કાંતા પાસે બેસી રહેતા એ આશામાં કે ક્યારેક તો આંખ ખોલશે, કંઈક બોલશે, એની આખરી ઇચ્છા કહેશે પણ..... કાંતા ધાર્મિક હતી. એની ખાસ ઇચ્છા હતી કે એક વાર દેશમાં ચારધામની યાત્રા કરવી. ધીરુભાઇને એવું પસંદ ન હતું. મંદિરોની લાંબી લાંબી લાઈનો, મંદિરોની ગંદકી, ઘેરી વળતા પંડાઓ, ખોટા ખોટા શ્લોક બોલતાં બ્રાહ્મણો એમને પસંદ ન હતા. તેઓ નાસ્તિક ન હતા પરંતુ ધર્મની એમની વ્યાખ્યા સાવ અલગ હતી. માનવ ધર્મ! ધર્મ માટે મંદિરના પગથિયા ચઢવા જરૂરી ન હતા એમના માટે.

લૉ'રિયાલ કોસ્મેટિકમાં સિનિયર કેમિસ્ટથી શરૂ કરેલ ત્રીસ વરસની કારકિર્દિને અંતે રિસર્ચ ઍંડ ડેવલેપમેન્ટના વાઇસ પ્રેસિડેંટ તરીકે ધીરુભાઈ રિટાર્યડ થયા. હવે તો બસ કાંતા સાથે આખી દુનિયા ફરવી એવા તેઓના અરમાન હતા. રિટાયર્ડ થયાના બીજા અઠવાડિયે તો ત્રણ આઠવાડિયાની ક્રૂઝ-દરિયાઈ મુસાફરીએ જવાનું નક્કી જ હતું પણ પ્રભુને કંઈ અલગ જ મંજૂર હતું. કાંતા સ્વર્ગના કદી ય પાછાં ન ફરનારા પ્રવાસે ચાલી નીકળી એકલી; ધીરુભાઇને એકલા મૂકીને....

ધીરુભાઇને બે પુત્રો હતાં, મોહન - મેક કે જે New Jersey ખાતે ફાઈઝર ફાર્માસ્યુટિકલ્સમાં ક્લિનીકલ ટ્રાયલ્સનો હેડ ઓફ ધ ડિપાર્ટમેંટ હતો. જ્યારે નાનો નીક કેલિફોર્નિયા ખાતે માઈક્રોસોફ્ટમાં પ્રોડક્ટ ડેવલપમેંટનો પ્રેસિડેંટ હતો. બંને પરણીને ઠરી-ઠામ થઈ ગયા હતા. મેક સીતાને અને નીક ઇટાલિયન છોકરી મારિયા સાથે પરણ્યાં હતાં. બંનેને ધીરુભાઈ ખૂબ જ ભણાવ્યા હતા. બંન્નેના પોતાના આલિશાન ઘરો હતા, બાળકો હતા. કાંતાના અવસાન બાદ બંને એ ધીરુભાઈને તેઓના ઘરે આવી સાથે રહેવા કહ્યું. અરે...! મારિયાએ તો ઘણો જ આગ્રહ કરીયો પણ ધીરુભાઇએ સહુને નમ્રતાથી ના પાડી અને પોતે એકલા

જ જીવવાનું નક્કી કર્યું. તેઓ માનતા હતા. શરૂઆતમાં તો સહુને સારું લાગે પણ સમય જતા પોતાનાનો પણ સ્વજનને બોજ લાગવા માંડે. અતિ નિકટતા આકરી લાગે, નડતર લાગે. એના કરતાં દૂર રહીને વધુ પ્રેમ પામવો જ સારો. પૈસાનો તો એમને કોઈ સવાલ જ ન હતો. રિટાયર્ડ થયા ત્યારે પણ સારા એવા પૈસા મળ્યા. સ્ટોક ઓપ્શન, સ્ટોક માર્કેટમાં પણ એમણે સારું રોકાણ કરેલ હતું. પેન્શન અને સોશિયલ સિક્યુરિટીના પણ પૈસા આવતા હતા. છોકરાઓને તો એમના પૈસાની કોઈ જરૂર ન હતી. તેઓ પોતે જ ખૂબ કમાતા હતા.

કાંતાના સ્વર્ગવાસ પછીના શરૂઆતના દિવસો તો ઝડપથી પસાર થયા. પણ પછી ધીરે ધીરે ધીરુભાઈને એકલતા સતાવવા લાગી. એક પળ કલાક જેવી અને દિવસ યુગ જેવો લાગતો. થોડાં સમય પહેલાં ખૂબ જ પ્રવૃત્ત હતા. પોતાના કામને કારણે - વાઈસ પ્રેસિડેંટ ઓફ આર એંડ ડીના કારણે. દિવસની બેત્રણ તો મિટિંગો હોય, બસો અઢીસો ઈ-મેઇલ, વિડિયો કોન્ફરંસ, વરસમાં ચાર-પાંચ વાર તો હેડક્વાર્ટર ફ્રાંસ - પેરિસના આંટા થતા. દર વખતે કાંતા તો સાથે જ હોય પણ હવે તેઓ સાવ એકલા થઈ ગયા હતા. નિયમિત કસરત, યોગાસન, પ્રાણાયમ - મેડિટેશન મારફતે તન-મન તંદ્દુરસ્ત રાખ્યું હતું. પણ કાંતા વિના જાણે હવે બધું ચ નકામું હતું. એના સરળ સહવાસ વિના તેઓ મુંઝરાતા, મુંઝાતા, અકળાતા છટપટતા હતા. ખરે સમયે જ કાંતા છેહ દઈ ગઈ. આવી અસીમ એકલતા આમ વેંઢારવી પડશે એવી કલ્પના તો સ્વપ્નેય ન હતી. પોતાના પુત્રો સાથે રહેવા જવું નહોતું. ટીવી, કોમ્પ્યુટર, ઈન્ટરનેટથી પણ સમય કપાતો નહોતો, કાંતા સાવ છેતરી ગઈ હતી, એના વિના જીવન જાણે એક સજા લાગતી હતી. જીવવું આકરું લાગતું હતું.

ફ્લાઇટમાં ડિનર સર્વ થયું. ડિનર પત્યા બાદ ધીરુભાઇએ લેપટોપ ચાલુ કર્યું ઇ-મેઇલ ચેક કરી. મારિયાની ઇમેઇલ હતી... મારિયા નાની પુત્રવધુ રોજ એકાદ ઇ-મેઇલ તો કરતી જ! એને છેલ્લી ઇ-મેઇલમાં ધીરુભાઇએ પુછ્યું હતું કે, ઈન્ડિયાથી એના માટે શું લાવવું? એણે જવાબ આપ્યો હતો. "સરપ્રાઇઝ મિ!" એના આ જવાબથી ધીરુભાઈ હસી પડ્યા. બીજી ઈ-મેઇલ નવસારીથી હોટલ સૌરસના મેનેજરની હતી. એમના રિઝર્વેશનનું કન્ફરમેશન અંગે હતી. મુંબઈના સહાર એરપોર્ટ પર એરકંડિશન કાર એમને લેવા આવનાર હતી તેનો રજિસ્ટ્રેશન નંબર અને ડ્રાયવરનું નામ હતું. છેલ્લાં કેટલાંય વરસોથી તેઓ દેશ ગયા ન હતા. નવસારીની બાજુમાં આવેલ ગામ જલાલાપોર એમનું વતન હતું. ત્યાં એમનું ઘર હતું. જે વરસો પહેલાં વેચી દીધેલ, એ ઘર જોવું હતું, ગામ જોવું હતું. જે મહોલ્લામાં વરસો પહેલાં ક્રિકેટ રમેલ એ મહોલ્લાની ધૂળ કપાળે ચઢાવવી હતી. શક્ય હોય, બને તો જે ઘરમાં એમનું બાળપણ વીત્યું હતું; જે ઘરમાં યુવાનીમાં પ્રથમ ડગ માંડ્યો હતો એ ઘરમાં એક ડગ માંડવો હતો...!

જ્યારે ધીરુભાઈએ અમેરિકા જવાનું નક્કી કર્યું અને ઘરમાં જણાવ્યું ત્યારે એમના પિતા હરિભાઈ ખૂબ જ નારાજ થયા હતા. એમની માએ તો રડવાનું ચાલુ કરી દીધું. ધીરુભાઈ એમનું એકનું એક સંતાન હતા. તેઓ એમને આમ અમેરિકા મોકલવા રાજી જ ન હતા.

ધીરુભાઈને એમ કે બા-બાપુજી તો માની જશે, સમજી જશે પરતું હરિભાઈ ન માન્યા તે ન જ માન્યા. ધીરુભાઈએ માતા-પિતાને અમેરિકા બોલાવવા માટે ય ઘણા પ્રયત્નો કર્યા. પણ હરિભાઈ શાના માને? પછી તો હરિભાઈએ ધીરે ધીરે પુત્ર પર પત્ર લખવાનું ય બંધ કરી દીધું અને ધીરુભાઈને લખી નાખ્યું કે, આપણા સંબંધ આટલેથી અટકી જાય તો સારું. તારે અમારી સાથે સંબંધ રાખવા હોય તો દેશ આવીને રહે અમારી સાથે. પિતાએ જાણે જાકારો જ આપી દીધો. ધીરુભાઈ ઘણું કરગર્યા, કાલાવાલા કર્યા પણ હરિભાઈ એકના બે ન થયા તે ન જ થયા. ધીરુભાઈ અમેરિકા છોડીને દેશ આવી ન શક્યા. ધીરુભાઈને મા-બાપને નારાજ કર્યાનો ઘણો જ વસવસો રહી ગયો હતો. એમના મા-બાપનું ઘડપણ તેઓ સાચવી ન શક્યા. એમની સેવા ચાકરી ન કરી શક્યા, એમની અંતિમ ક્ષણે તેઓ હાજર ન રહી શક્યા. મા-પિતાએ જે ઘરમાં છેલ્લો દમ તોડ્યો એ ઘરમાં જઈને રડવું હતું. માત-પિતાને નામે વૃધ્ધાશ્રમમાં દાન કરી, થાય એવું તર્પણ કરવું હતું.

મુંબઈના છત્રપતિ શિવાજી એરપોર્ટ પર પ્લેન હળવેકથી ઊતર્યું. ગ્રીન ચેનલમાંથી ધીરુભાઈ આસાનીથી કસ્ટમ ક્લિયર કરી બહાર આવી ગયા. બિઝનેસ ક્લાસની મુસાફરીને કારણે એમને પુરતો આરામ મળ્યો હતો એટલે તરોતાજા લાગતા હતાં. મુંબઈની મધ્યરાત્રીની હવામાં જાન્યુઆરી મહિનાની માદક ઠંડક હતી. એરાઇવલની લૉંજમાં ડ્રાઇવર એમના નામનું પ્લેકાર્ડ લઈને ઊભો હતો. તેના તરફ હાથ હલાવી ઈશારો કરી ધીરુભાઈએ હાસ્ય કર્યું.

'ધીરુભાઈ....?' ડ્રાયવરે પૂછ્યું. એ પચ્ચીસેક વરસનો યુવાન હતો. 'માયસેલ્ફ ઇસ સતીશ. સર! હાઉ ડ યૂ ડ?'

'ફાઇન! થેન્ક યૂ!' ધીરુભાઈના હાથમાંથી બેગની ટ્રોલી સતીશે પોતે લઈ લીધી,

'હાઉ વૉઝ યોર ફ્લાઇટ...?'

'વેરી ગુડ...!' ધીરુભાઈએ હસીને કહ્યું, 'સતીશ, મને ગુજરાતી આવડે છે અને આપણે ગુજરાતીમાં જ વાત કરીશું....'

'ઓકે......!' હસી પડતાં સતીશ બોલ્યો, 'આપણે ચારેક કલાકમાં નવસારી પહોંચી જઈશું. તમે આરામ કરજો. તમારે તો આત્યારે અમેરિકાના ટાઈમ મુજબ દિવસ ચાલે છે બરાબરને?'

'હં !'

સતીશે વ્હાઈટ હુંડાઈ સોનાટાનો પાછલનો દરવાજો સલૂકાઈથી ખોલ્યો. ધીરુભાઈએ

વિચાર્યું "નાઇસ કાર...!" સતીશે સામાન ડિકિમાં ગોઠવ્યો. કુલરમાંથી મિનરલ વોટરની એક બોટલ કાઢી. પાછળ આવેલ બોટલ હોલ્ડરમાં ગોઠવી. 'નીકળીશું...?'

'યસ, સતીશ...!' ધીરુભાઈ હસીને બોલ્યા.

'રસ્તે એક-બે ચેકપોસ્ટ આવશે, પાસપોર્ટ તૈયાર રાખશો. ઉપરનું બીજું બધું હું સંભાળી લઈશ. એમનો ભાવ નક્કી જ છે. પાસપોર્ટ દીઠ પાંચસો...'

'પાંચસો...?'

'હા, પોલિસને આપવા પડે... લાંચ...!'

ધીરુભાઈ હસી પડ્યા. 'પોલિસને પાંચસોનો ચાંદલો કરવાનો એમ કહેને...!'

મુંબઈના અંઘેરી પરાને પસાર કરી સોનાટા હાઈવે નંબર આઠ પર આવી ગઈ. રસ્તામાં કોઈ તકલીફ ન પડી. વહેલી સવારે તો નવસારી પહોંચી ગયા. હોટલ સૌરસનો રૂમ પણ સરસ હતો. ચેક-ઈન થયા પછી મેનેજર પણ રુબરુ આવીને મળી ગયો. શાવર લઈ ધીરુભાઈ હળવા થયા. રૂમ સર્વિસથી કૉફી મંગાવી પીધી. કફની-સુરવાલ પહેરી એ નીચે ફૉઇઅરમાં ગયા.

'ગુડ મોર્નિંગ સર...!' મેનેજરે હસીને કહ્યું, 'યૂ શુડ ટેઇક રેસ્ટ...'

'ઈટ્સ ઓકે...! આઈ એમ ફાઈન... મારે તમારી પાસેથી થોડી વિગતો મેળવવી છે. મારે અહીં ખાસ કોઈ રિલેટિવ્સ, સગાં-સબંધી નથી, ને મારે થોડાં કામો વ્યવ્સ્થિત રીતે પતાવવાના છે. સમયનો સવાલ નથી. આઈ હેવ ઓપન ટિકિટ... મારે જે કંઈ કરવું છે તે વ્યવ્સ્થિત કરવું છે...!'

'જેમકે...?'

'એક તો મારે હરદ્વાર જવું છે. અસ્થિ વિસર્જન માટે બીજું મારે થોડાં વૃધ્ધાશ્રમોની મુલાકાત લેવી છે...! ત્યારબાદ, જો મન થાય તો દેશમાં ફરીશ...!' સહેજ અટકીને એ બોલ્યા, 'અને અફકોર્સ, આજે જ બપોરે, લંચ બાદ મારે જલાલપોર જવું છે. સતીશ ઈસ ગુડ. જો એની સાથે....'

'એ આવશે. એના મોબાઈલ પર રિંગ કરી દઉં છું. અમારા એન. આઈ. આર મહેમાનો માટે અમે એને રિઝર્વ જ રાખીએ છીએ. એ ભણેલ છે, એ સ્પેશ્યલ છે.'

'મને પણ એનો નંબર આપો. હું પણ મારા સેલમાં એન્ટર કરી દઉં.'

સતીશનો નંબર મોબાઈલમાં એન્ટર કરી ધીરુભાઈએ અમેરિકા મેક - નીકને ફોન કરી દીધા, પોતે સુખરૂપ નવસારી પહોંચી ગયા છે એમ જણાવી દીધું.

'તમારા હરદ્વાર અને ભારત દર્શન માટે 'ઓમ ટ્રાવેલ'ના મેનેજરને સાંજે બોલાવીશ. ધે આર વેરી ગુડ. ધે વીલ મેનેજ એવરીથિંગ.'

'ગુડ.'

'સતીશને ત્રણ વાગ્યાનું જણાવી દઉં?' મેનેજરે પૂછ્યું. બપોરે હળવું લંચ લઈ ધીરુભાઈએ વામકુક્ષી કરી. જેટલેગની કોઈ ખાસ અસર લાગતી ન હતી. બપોરે ત્રણ વાગ્યે સતીશ તાજોમાજો થઈ હાજર થઈ ગયો.

'આપણે જલાલપોર જવાનું છે. કેટલું રોકાવું પડે તે કંઈ ખબર નથી. જલાલપોર મારું વતન છે, મારી જન્મભૂમિ...!પણ વરસોથી જઈ શકાયું નથી. બસ, એક આંટો મારવો છે. કોઈ ઓળખીતું પારખીતું મળવાના તો કોઈ ચાન્સ નથી. તારે કોઈ એપોઇંટમેન્ટ તો નથીને...?'

'ના....ના... મેનેજરે મને તમારા માટે જ રિઝર્વ્ડ રાખ્યો છે...!'

લગભગ સાડા-ત્રણ વાગ્યે તો જલાલપોર પહોંચી પણ ગયા. રસ્તો તો એ જ હતો, રસ્તાની આજુબાજુ મકાનોની હારમાળામાં વચ્ચે વચ્ચે ચાર-પાંચ માળના એપાર્ટમેંટ ઊગી નીકળ્યા હતા.

'ક્યાં લેવાની છે?'

વાણિયાવાડમાં પોતાના જુનાં ઘરના આંગણામાં રસ્તાની બાજુ પર ધીરુભાઈએ કાર ઊભી રખાવી. કારની પાછળ ધૂળનું એક નાનકડું વાદળ ઊઠીને સમી ગયું. કારની બારીમાંથી બહાર નજર કરી તો જોયું કે એમના જુનાં ઘરની જગ્યાએ બે માળનુ મકાન ઊભું થઈ ગયું હતું. એમનું જુનું ઘર તો એક માળનું બેઠાં ઘાટનું હતું. થોડો વિચાર કરી કારનો દરવાજો હળવેકથી ખોલી ધીરુભાઈ કારની બહાર આવ્યા. એક ઊંડો શ્વાસ લઈ વતનની તાજી હવા ફેફસામાં ભરી એમણે આંખો બંધ કરી. બાપુજીની યાદથી હૈયું ભરાય આવ્યું. રિમલેસ ચશ્માં કાઢી, પેપર ટિસ્યુથી આંખમાં તરી આવેલ ભીનાશ લૂંછી ચશ્માં પાછાં પહેરી મહોલ્લામાં એક નજર દોડાવી. થોડે દૂર આવેલ દેરાસરના શિખર પર ધજા મંદ મંદ

ફરકતી હતી. મહોલ્લામાં પણ બીજા ત્રણ ચાર કાચા મકાનોની જગ્યાને મોટાં પાકા મકાનો બની ગયા હતાં. ધૂળિયા રસ્તાની જગ્યાને આસ્ફાલ્ટનો રોડ થઈ ગયો હતો.

-હવે ?

-પોતાનું ઘર પારકાનુ મકાન બની ગયું હતું...!

થોડો વિચાર કરી તેઓ ઓટલાના ચાર પગથિયાં ચઢ્યા. એટલાંમાં જ ઘરમાંથી એક યુવાન બહાર આવ્યો. 'આવો..!' ધીરુભાઈના પ્રભાવશાળી વ્યક્તિત્વ અને આંગણામાં ઊભેલ સોનાટા જોઈ યુવાને એમને આવકાર આપ્યો.

'થેંક્સ...!' ચંપલ ઓટલા પર બહાર કાઢી ધીરુભાઈ સહેજ ખંચકાઈને બેઠક ખંડમાં દાખલ થયા.

'અહીં હીંચકો હતો..!' એમનાથી સહજ બોલાય ગયું.

'આપની ઓળખાણ ન પડી... અંકલ...!!!'

'ઓહ...!! આઇ એમ સોરી.....!!' ધીરુભાઈએ પોતાની ઓળખાણ આપતા કહ્યું, 'માયસેલ્ફ ધીરુભાઈ...!!' બેઠકખંડમાં મુકેલ લાકડાના સોફા પર બેસતા ધીરુભાઈ બોલ્યા, 'તમે મને ઓળખતા નથી. હું New Jersey, અમેરિકાથી આવું છું.' જરા અટકીને એ બોલ્યા, 'તમને તકલીફ આપવા બદલ સોરી...! મારાથી રહેવાયું નહીં ! વરસો પહેલાં આ અમારું ઘર હતું. ડુ યૂ નો, વોટ આઇ મીન ટુ સે...'

'ઓહો... તો તમે અહીં રહેતા હતા?' યુવાને સાશ્ચર્ય કહ્યું.

'હા, વરસો પહેલાં....'

એટલામાં એક સ્ત્રી અંદરથી ગ્લાસમાં પાણી લઇ આવી ધીરુભાઈને પાણી આપ્યું. 'થેંક્સ....!!' બે ઘૂંટ પી ધીરુભાઈ અટક્યા, 'મીઠા કુવાનું...?'

'હં...!' સ્ત્રી હસીને બોલી, 'પણ હવે તો નળ આવી ગયા છે.. મીઠા કુવાનું જ પાણી મોટર મારફતે આવે છે....!!'

'ઓહ..! ગુડ ગુડ...!' ધીરુભાઈએ ગ્લાસ ખાલી કરી ધીમેથી બાજુની ટિપાઈ પર મૂક્યો, 'તમો અહીં કેટલા વખતથી રહો છો...? તમો જ ઘરના માલિક છો કે પછી ભાડે...?'

'અમો ઘણા વખતથી છીએ... મારા પપ્પાનો નવસારીમાં હીરાનો બિઝનેસ છે. અમે જુનું તોડી નવું ઘર બંધાવ્યું હતું.'

'એ તો લાગે જ છે. અમારું જુનું ઘર તો એક જ માળનું હતું. મારી એક રિક્વેસ્ટ છે, વિનંતી છે, જો તમને કોઈ વાંધો ન હોય તો મારે આ ઘરમાં એક આંટો મારવો છે. ઇફ યૂ ડોન્ટ માઇન્ડ...!'

'અરે...! અમને શું વાંધો હોય? આવો, અંદર આવો.' સ્ત્રીએ રાજી થતાં કહ્યું. 'તમે ચા-કોફી શું લેશો?'

'બસ... કંઈ નહીં...! તમે મને ઘરમાં દાખલ થવા દીધો એ જ વધારે છે ! આમ અચાનક આવીને મેં તમને મૂંઝવણમાં તો નથી મુક્યાને...?'

'ના રે...!' યુવાને ધીરુભાઈને ઘરમાં દોરતા કહ્યુ, 'આવો અંદર આવો...!'

ધીરુભાઈ બેઠક-ખંડમાંથી અંદરના ઓરડામાં ગયા.

-અહીં બાનો ખાટલો રહેતો...!

જાણે પ્રદક્ષિણા ફરતાં હોય તેમ ધીરુભાઈએ ત્યાં એક આંટો મારીયો. બાનો હેતાળ ચહેરો મન-દર્પણ પર ઉપસી આવ્યો. એમની આંખ એમની જાણ બહાર ફરી ભીની થઈ ગઈ. રસોડું પાછળ પેજારીમાં રહેતું ત્યાં માર્બલનું રસોડું થઈ ગયું હતું. ત્યારે વાડામાં એક નાળિયેરીનું વૃક્ષ હતું. આજે એ વાડામાં પથ્થરો જડાઈ ગયા હતાં. ત્યારે લાકડાનો દાદર હતો, હવે પથ્થરનો... એ દાદર ચઢી ધીરુભાઈ ઉપરના માળે ગયા. એમની પાછળ પાછળ યુવાન અને સ્ત્રી સાશ્ચર્ય દોરવાતા હતાં. ઉપર આગળનો ઓરડો હવે તો ખાસો મોટો લાગતો હતો.

- આ જ ઓરડામાં બાપુજીનો પલંગ રહેતો...
- કદાચ, બાપુજીએ છેલ્લાં શ્વાસ અહીં જ લીધા હશે...!
- ઓહ... બાપુજી....! મને માફ કરજો....! પિતાને યાદ કરતા આવેલ હીબકું ધીરુભાઈએ માંડ માંડ રોક્યું. થોડાં ડગલા ચાલીને તેઓ બારી પાસે ગયા. બારીમાંથી બહાર મહોલ્લામાં નજર કરી.

- આ રહ્યું સામે જમુભાઈ ફોજદારનુ ઘર... આ પેલો હસુ વાણિયાનો બંગલો ને આ રહી પાનાચંદકાકાની હવેલી... ધીરુભાઈની નજર પાનાકાકાની હવેલી પર આવીને જાણે

અટકી જ ગઈ. હવેલી હજુ એવી ને એવી જ હતી. સમય જાણે અટકી ગયો હતો એ હવેલી માટે. ઊંચા ઓટલા પર ધૂળના થરના થર બાઝી ગયા હતાં. દીવાલ પર પોપડાં ઊખડી ગયા હતાં અને પીપળાનું ઝાડ ઊગી ગયું હતું.

- કેવી ભવ્ય જાહોજલાલી હતી એ હવેલીની !

એમની નજર હવેલીની બંધ બારીઓ પર પડી ને ત્યાં જ ચોંટી ગઈ.

- વરસો પહેલાં એ બારીઓ ખુલ્લી રહેતી!

-એમાંથી એક નજર કાયમ એમને તાકી રહેતી, એમને માટે તડપતી રહેતી, તરસતી રહેતી....

- ઓહ....!

- સરલા... સરળ સરલા....! મુગ્ધ, મનોહર, મધુરી સરલા....!

જાણે હજુ ય એ બંધ બારીઓમાંથી સરલા તાકી રહી હોય એવું આજેય અનુભવ્યું ધીરુભાઈએ.

- સરલા...!

સરલાની યાદનું બીજ મનની માટીમાં ક્યાંક ઊંડે ઊંડે ધરબાઈ ગયું હતું તે એકદમ જાણે સ્ફુરિત થઈ ગયું. પોતાના શરીર પરના રોમ રોમમાં એક આછું કંપન અનુભવ્યું ધીરુભાઈએ. બે હાથ વડે બારીની બારસાખ પકડી લીધી. એમની વ્યાકુળ થઈ ગયેલ નજર હવેલીની એ બંધ બારીઓ પરથી હટતી જ ન હતી. 'આ પાનાકાકાની હવેલી કેમ બંધ છે...?' હવેલીની બારીઓ પરથી નજર માંડ હટાવી એ બોલ્યા.

'અમને કંઈ ખબર નથી. એમની એક છોકરી થોડા સમય રહી હતી પણ હાલે ક્યાં છે એની અમને કંઈ ખબર નથી.'

'સ..ર..લા...!' એક એક શબ્દ છુટ્ટો પાડી એ બોલ્યા.

'હા, એવું જ કંઈક નામ હતું પણ એ બાઈ કોઈ સાથે બહુ ખાસ વાત નહોતી કરતી અને હવે તો એ હવેલી પણ પડું પડું થઈ રહી છે.'

ધીરુભાઈએ ફરી વાર એ બંધ બારીઓ પર એક નજર કરી : "કાશ....! હવાના ઝોકાંથી એ બારીઓ ખુલી જાય ને....!" એક ઊંડો નિસાસો નાંખી માંડ એ બારીઓથી દૂર ખસી દાદર ઉતરી તેઓ નીચેના બેઠકખંડમાં આવ્યા. 'થૅંક યૂ વેરી મચ... આપનો ખૂબ ખૂબ આભાર... હું હવે નીકળીશ... મેં તમારો ઘણો સમય લીધો...' ઓટલા પરથી ચંપલ પહેરી ધીરુભાઈ કારમાં ગોઠવાયા. અહીંથી જાણે નીકળવાનું એમને મન થતું જ નહોતું. ન જાણે કેમ વતનની હવાથી મન પ્રફુલ્લિત થવાને બદલે ગમગીન થઈ ગયું.

- સરલા....!

સરલાએ આચાનક મન પર કબજો જમાવી દીધો. આજ સુધી કદી ય સરલાના વિચારો આવી રીતે આવ્યાં ન હતા. યુવાનીમાં ડગ માંડતી સરલાના મનમાં ધીરુભાઈ વસી ગયા હતા. ધીરુભાઈ કરતાં પાંચ-છ વરસ નાની હતી એ. સહેજ ભીને વાન, નમણી, નાજુક, યુવાનીના સૌંદર્યથી શૃંગારિત.... એના કપાળમાં દેરાસરના કેસરનું નાનકડું તિલક એને વધુ આકર્ષક બનાવતું. એનાં મોહક સૌંદર્ય અને તિરછી નજરોથી કોઈ પણ યુવાન ઘાયલ થઈ જાય એવી સુંદર સરલા પણ ધીરુભાઈ ઘાયલ ન થયા તે ન જ થયા. ધીરુભાઈએ તો ગમેતેમ કરીને પરદેશ જવાનું ધ્યેય રાખ્યું હતું અને એ હાંસલ કરવામાં એમને કોઈ અવરોધ જોઈતો ન હતો. કોઈ અંતરાય એમને રોકી શકે એમ ન હતો.

સરલા ધીરુભાઈની દીવાની હતી. એમનો પડ્યો બોલ ઝીલવા તૈયાર. એ ધીરુભાઈને દિલો-જાનથી ચાહતી. ખૂબ જ પ્રેમ કરતી....!

ધીરુભાઈ એને સમજાવતા: "હું તારા નસીબમાં નથી સરલા."

સરલાએ હસીને કહેલું: "ધીરેન, ભલે તું મારા નસીબમાં નથી પણ હું તારા નસીબમાં જરૂર છું ! તારું નસીબ જાગશે ને તું મારી પાસે આવવા ભાગશે."

"ઓહ સરલા! મારું નસીબ તો જાગી ગયું છે. પણ તું છે ક્યાં...? બસ એક વાર મળવું છે તને."

'તમે કંઈ કહ્યું સર?' સતીશે ધીરુભાઈને પુછ્યું.

ધીરુભાઈના મનના વિચારો એમની ધ્યાન બહાર જ એમના હોઠો પર આવી ગયા એની ખુદ એમને ય જાણ ન થઈ. 'ઓહ...! નો... નો...' ધીરુભાઈને જાણે વર્તમાનમાં આવવું જ ન હતું.

કેમેસ્ટ્રીમાં એમ.એસ.સી. થયા બાદ ધીરુભાઈએ અમેરિકન કંપનીઓમાં નોકરી માટે અરજીઓ કરી હતી. એમના એક પ્રોફેસર અમેરિકા સ્થાયી થયા હતા એમનો પણ સંપર્ક કરીયો હતો. અને એક કંપની તરફથી તેઓ પસંદ થઈ ગયા હતાં. એ કંપનીએ એમ્પ્લોયમેંટ વાઉચર મોકલતા એમને યૂએસ કોન્સુલેટ જનરલે અમેરિકાના વિઝ્ઝા આપ્યા હતાં. ધીરુભાઈ પોતાના ધ્યેયમાં સફળ થયા હતાં. એમના પિતાશ્રીનો તો ઘણો જ વિરોધ હતો પરંતું ધીરુભાઈની જીદ આગલ કોઈનું કંઈ પણ ન ચાલ્યું તો બિચારી સરલાના પ્યારની દીવાલ તો એમને કેવી રીતે રોકી શકે...?

સરલા મળવા આવી હતી ધીરુભાઈ અમેરિકા જવાના હતાં તેની આગલી રાતે. રડી રડીને એની આંખોમાં જાસૂદ ઊગી ગયા હતા.

'મેં તને કહ્યું હતું સરલા....' ધીરુભાઈ પતરાની પેટીમાં પોતાના કપડાં-સામાન મૂકી રહ્યા હતા, 'મને તું પ્યાર ન કર, પ્રેમ ન કર, ભૂલી જા મને અને સાચું કહું તો તું મને થોડાં જ વખતમાં ભૂલી પણ જશે....'

સરલા એ ડૂસકું ભર્યું, 'ધીરેન...! પોતાના આંસુ માંડ માંડ ખાળી રડતા રડતા ભીનાં અવાજે એ બોલી, 'ધીરેન... હું તારી રાહ જોઈશ....'

'એવી ભૂલ તો કરતી જ નહીં.' હસીને ધીરુભાઈ બોલ્યા. 'એને બદલે કોઈ સારું ઘર અને સારો વર જોઈને પરણી જા.'

'ધીરેન...!' સરલાના આંખમાં સરોવરો સહેજ વધુ છલકાયા, 'લે, આ.... સાથે લાવેલ એક બંધ પરબીડિયુંનું કવર એણે ધીરુભાઈને આપ્યું, 'લે....!! આ, ત્યાં અમેરિકા જઈને વાંચજે....!' પછી એ દોડીને ઘરની બહાર જતી રહી... બસ... ફરી કદી ય ન મળી...!

ધીરુભાઈને ઘણા કામો હતા અને સમય ઓછો હતો. નારાજ મા-બાપને રાજી કરવાના હતા. સામાન પેક કરવાનો હતો. વહેલી સવારે વીરમગામ પેંસેજર પકડી મુંબઈ જવાનું હતું. એમણે સરલાએ આપેલ કવર કપડાં સાથે બેગમાં મૂકી દીધું. અમેરિકા અવ્યા બાદ લગભગ બે-ત્રણ અઠવાડિયા પછી એ પત્ર એમને હાથે ચઢ્યો. પત્ર ખોલ્યો, વાંચ્યો....

આપણા રસ્તાઓ હવે સાવ જુદા થઈ ગયા,
હતા તમો મારા સનમ, હવે ખુદા થઈ ગયા.

પત્ર લખ્યો હતો સરલાએ. પ્રેમ-પત્ર, પત્રના શબ્દે શબ્દે નીતરતો હતો શુદ્ધ પ્રેમ.

હસી પડ્યા ધીરુભાઈ: "ગાંડી.... મને, એક નાચીઝને, ખુદા બનાવી દીધો... પગલી...! ઓ... પ્રભુ...!' ધીરુભાઈથી મોટેથી બોલાઈ ગયું. એક નિસાસો નખાઈ ગયો.

'સર.... તમને કંઈ થાય છે? આર યુ ઓકે?' સતીશને ચિંતા થઈ આવી. એણે કારની ઝડપ ઓછી કરી.

'ના... ના... આઇ એમ ફાઇન... આ તો પુરાણી યાદોએ મને વિહવળ બનાવી દીધો... આઇ એમ ઓકે...!'

સૌરસ હોટલ આવી ગઈ. સતીશને પાંચ હજાર રૂપિયા આપી પોતાના રૂમમાં ગયા. જાણે પોતે માઈલોની મેરેથોન દોડી આવ્યા હોય એમ એમને લાગતું હતું. ખાસ તો સરલાએ જે રીતે એમના મન પર કબજો જમાવી દીધો એનાથી તેઓ વિચલિત થઈ ગયા. એ વિશે એમને ખુદને નવાઈ લાગતી હતી.

"સરલાનો પ્યાર એક તરફા હતો.... સાવ યૌવન સહજ આકર્ષણ... કે પછી ધીરુભાઈ પણ અંદર અંદર સરલાને ચાહતા હતા કે શું?" એમના મને એમને તીક્ષ્ણ સવાલ પૂછ્યો.

"ના, એવું નથી."

"તો પછી આટલા વરસ પછી સરલા કેમ આમ યાદ આવવા લાગી? સતાવવા લાગી?"

"એક વાર, બસ એક વાર મળવું છે એને.... ક્યાં શોધવી હવે એને?"

સાથે લાવેલ બ્લેક લેબલની બોટલમાંથી અડધો ગ્લાસ વ્હિસ્કી ભરી, ગ્લાસ આઈસ ક્યુબથી ભરી દીધો. રૂમના ખૂણામાં રાખેલ સોફા પર બેસી એક ઘૂંટ ભરીયો. એમને વરસોથી સાંજે નિયમિત બે પેગ વ્હિસ્કી પીવાની આદત હતી.

"ફરગેટ હર....! હવે તો કોણ જાણે ક્યાં હશે એ...? કોઈક વેપારી વાણિયાને પરણીને ઠરીઠામ થઈ ગઈ હશે...!" એટલામાં ફોન રણક્યો. સૌરસના મેનેજરનો જ ફોન હતો. ઓમ ટ્રાવેલનો મેનેજર આવી ગયો હતો. એમને બન્નેને ઉપર રૂમમાં આવવાનું જણાવતા બન્ને ધીરુભાઈના રૂમમાં આવ્યા. "હાય, હલ્લો" થયું. ધીરુભાઈએ વ્હિસ્કીની ઓફર કરી હસીને કહ્યું, 'આઇ હેવ પરમિટ, લિકર પરમિટ. માટે ડરતા નહીં, આઇ નો... ગુજરાત ડ્રાય સ્ટેટ છે....'

બન્નેએ નમ્રતાપૂર્વક ના પાડી.

ઓમ ટ્રાવેલ્સના મેનેજરને ધીરુભાઈએ પોતાના પ્રવાસની માહિતી આપી. ત્રણ-ચાર દિવસમાં આઇટેનરી સાથે એર અને કાર મારફતે પ્રવાસની પૂરી માહિતી સહિત ફરી મળવા અંગે જણાવ્યું.

'સર...!' સૌરસના મેનેજરે પુછ્યું, 'આપ કંઈ વૃધ્ધાશ્રમ અંગે કહેતા હતા...'

'હા, મારે થોડાં વૃધ્ધાશ્રમોની મુલાકાત લેવી છે. કોઈ વ્યસ્થિત ચાલતા આશ્રમમાં બહુ "હો... હા..." કર્યા વિના દાન કરવું છે પણ એ પહેલાં, મારે જાતે એ વૃધ્ધાશ્રમોની મુલાકાત લેવી છે. એની પ્રવૃત્તિઓ વિશે જાણવું છે.'

'સમજ ગયો, અહીં વલસાડ નજીક તિથલ ખાતે 'દીકરાનું ઘર' કરીને એક આશ્રમ છેલ્લા કેટલાંક વરસોથી ચાલે છે. મને એની ખાસ માહિતી ન હતી. પણ આપના ગયા બાદ તપાસ કરાવી તો મને થયું કે....'

'તો પછે ત્યાંથી જ શરૂઆત કરીએ.' હસીને ધીરુભાઈએ કહ્યું, 'શુભસ્ય શીઘ્રમ....!! કાલે સવારે તિથલ જઈશ. અગાઉથી જાણ કરવાની કે દાનની વાત કરવાની નથી. નહીંતર ખરી હકીકત જાણવા ન મળે.'

'બરાબર.' મેનેજરે સમજી જતાં કહ્યું. 'સવારે કેટલા વાગે નીકળવું છે? તિથલ પહોંચતા કલાક-સવા કલાક થાય.'

'તો પછી અહીંથી સાત સવા સાતે સતીશ સાથે નીકળીશું. તો નવેક વાગ્યે તો ત્યાં....'

બીજો પેગ પી, ડિનર લઈ ધીરુભાઈ નિંદ્રાધીન થયા. કોઈ દિવસ નહીં ને આજે સપનામાં પણ સરલા આવી. આજ સુધી કદી ય સરલાનું સ્વપ્ન આવ્યું ન હતું. સદાય પ્રફુલિત ઊઠનારા ધીરુભાઈનું મન સવારે ઊઠ્યા ત્યારે બેચેન હતું. હોટલની હેલ્થ ક્લબમાં અડધો કલાક વર્ક આઉટ કરી આવ્યા. શાવર લઈ ડબલ ઓમલેટ-બ્રેડ, ઓરેંજ જ્યૂસનો નાસ્તો કરી તૈયાર થયાને સતીશે બારણે ટકોરાં માર્યા.

'ગુડ મોર્નિંગ સર... મને મેનેજરે કહ્યું કે તિથલ જવાનું છે. કોઈ આશ્રમમાં?'

'હા, તને સરનામું આપ્યું?'

'હા, કંઈ લેવાનું છે સાથે? મિનરલ વોટર તો ગાડીમાં છે જ.'

'બસ, તો ચાલો....!'

જાન્યુઆરી મહિનાનો સૂરજ પૂર્વ આકાશમાં ઘૂંટણિયા કરી રહ્યો હતો. સવા કલાકના પ્રવાસ બાદ તિથલના દરિયા કિનારાથી થોડે દૂર, એક કમ્પાઉંડની બહાર સતીશે હળવેકથી કાર ઊભી રાખી.

'અંદર લેવી છે?' કમ્પાઉંડનો મોટો દરવાજો બંધ જોય સતીશે પુછ્યું.

'ના... ના... તું બહાર જ રાખ. તારે અહીં કશે ફરવું હોય, સાંઈબાબાના દર્શન કરવા હોય તો કરી આવ. મને કદાચ વાર લાગે. તારો સેલ નંબર તો મારી પાસે જ છે એટલે મને કાર જોઈશે ત્યારે રિંગ કરીશ.' કારમાંથી ઉતરી ધીરુભાઈએ કહ્યું.

મોટા દરવાજાની બાજુમાં આવેલ નાનો ઝાંપો ખોલી ધીરુભાઈ અંદર દાખલ થયા. બેઠા ઘાટનું પચ્ચીસેક ઓરડાનું, ત્રણેક એકરમાં પથરાયેલ મકાન હતું. કમ્પાઉંડમાં મકાન તરફ જતાં રસ્તાની બન્ને તરફ નાળિયેરી અને આસોપાલવના વૃક્ષોની હારમાળા હતી. દરિયા પરથી ફૂંકાઈ રહેલ પવનમાં નાળિયેરી પાન હલવાને કારણે લયબધ્ધ સુરીલો અવાજ થતો હતો. પંખીઓનો મધુરો કલરવ વાતાવરણમા સંગીત રેલાવી રહ્યો હતો. ધીરુભાઈએ શાલ બરાબર ઓઢી. આજે ઠંડક વધારે હતી. થોડાં વૃધ્ધો કમ્પાઉંડમાં ગોઠવેલા બાકડાં પર, તો કેટલાંક આરામ ખુરશીમાં બેસી તડકામાં શરીર તપાવી રહ્યાં હતાં, તો કેટલાંક વડીલો સળગી રહેલ તાપ આજુબાજુ બેસી ઠંડી ઉડાડી રહ્યાં હતાં. અંદર ક્યાંક વાગી રહેલ ભજનની મધુરી સુરાવલી સંભળાઈ રહી હતી. "અબ તો આવો ગિરધારી, લાજ રાખો હમારી." થોડું વિચારી ધીરુભાઈ વૃધ્ધોનાં ટોળાં પાસે ગયા.

'જે શ્રી કૃષ્ણ...!'

'જે.... જે.... ભાઈ....' એક બોખાં વડીલે સહેજ હસીને પુછ્યું. 'આવો...આવો....! દાખલ થવા આવ્યા? એકલા? છોકરો ઉતારીને જતો પણ રહ્યો...?' વૃધ્ધે કારને જતી જોઈ હતી. 'અંદર પણ ન આવ્યો? જમાનો બહુ ખરાબ આવી ગયો, ભાઈ.'

ધીરુભાઈને એમના બાપુજીની તીવ્ર યાદ આવી ગઈ.

'ચા લો, દાદા.' અંદરથી એક બાર-તેર વરસનો છોકરો સ્ટીલની થોડી તાસકોમાં નાસ્તો લઈ ઝડપથી આવ્યો, 'આજે તો મહારાજે શીરો બનાવ્યો છે. ટેસ્ટી..! ગરમાગરમ. તમારે ચાવવાની જરૂર જ નહીં; ગળા નીચે ઉતરી જાય સીધો સડસડાટ...' અચાનક છોકરાની નજર ધીરુભાઈ પર પડી ને અજાણ્યાને જોઈ એ ચમક્યો, 'તમે? કોને મળવું છે?'

'મારે મેનેજરને મળવું છે જો હોય તો...'

'આવો, તમે ઓફિસમાં બેસો....' ધીરુભાઈને એક ઓરડા તરફ દોરતાં એ બોલ્યો. 'અહીં બેસો, હું મોટાબેનને મોકલું છું.'

છોકરાની પાછળ પાછળ ધીરુભાઈ એક ઓરડામાં બનાવવામાં આવેલ ઓફિસમાં ગયા. એક મોટા ટેબલની આગળ ત્રણ ખુરશી અને પાછળ એક ખુરશી ગોઠવેલ હતી. ટેબલ પર ખાદીનો ટેબલક્લોથ પાથરેલ હતો. બારી પર સહેજ ઝાંખા પડી ગયેલ ખાદીનાં પડદા લટકતા હતા. દીવાલ પર બંધ પડી ગયેલ ઘડિયાળમાં સમય જાણે થીજી ગયો હતો. દીવાલ પર ગાંધી, જવાહર અને સરદાર પટેલની તસ્વીરો લટક્તી હતી. ધીરુભાઈ ટેબલ આગળની એક ખુરશી પર હળવેકથી ગોઠવાયાં.

'હું બા-બહેનને મોકલાવું છું. તમે બેસો....' કહી છોકરો બહાર દોડી ગયો.

થોડાં સમય પછી એક બહેન ઓફિસમાં આવ્યા. એમણે ગુલાબી કોટન સાડી પહેરી હતી. 'નમસ્તે...! હું અહીં ઓફિસનું તથા દેખભાળનું કામ કરું છું...' બહેને બે હાથ જોડી નમ્રતાપૂર્વક નમસ્કાર કરતાં કહ્યું.

ઊભા થઈ ધીરુભાઈએ બે હાથો જોડ્યાં અને એમના હાથ જોડેલ જ રહી ગયા. ધીરુભાઈને લાગ્યું કે, એમનું હૃદય એક વાર ધબકવાનું ચૂકી ગયું અને પછી બમણાં જોરથી ધબકવા લાગ્યું. ધક... ધક... ધક...!

'બેસો....' ટેબલ પાછળ ગોઠવાયેલ ખુરશીમાં સાડીનો પાલવ બરાબર વીંટાળી ગોઠવાયા. એમને ઠંડી લાગી રહી હોય એમ લાગતું હતું.

ધબ દઈને ખુરશી પર બેસી પડ્યા ધીરુભાઈ. એમણે ઓઢેલ કાશ્મીરી શાલ પણ ખભા પરથી સરી ગઈ. સ્વયં પર જાણે કોઈ કાબૂ જ ન રહ્યો ધીરુભાઈનો.

'બોલો, શું કામ પડ્યું? આશ્રમનું?' ટેબલ પરના કેટલાંક અસ્ત-વ્યસ્ત પત્રો વ્યવસ્થિત કરતાં એ બહેન બોલ્યા, 'આપને આશ્રમની કોઈ માહિતી જોઈએ છે? કોઈને આશ્રમમાં મૂકવા હોય તો....'

'.........!' ધીરુભાઈ અવાક્ નિઃશબ્દ...! શબ્દો જાણે હવા થઈ ગયા...

'હાલે અહીં જગ્યા નથી...! હાલે બાવીસ વૃધ્ધો અને પંદર માજીઓ છે... જે પણ વધારે છે.'

એ જ રણકાર... એ જ વીંધી નાખનારી કાતિલ નશીલી નજર. ધંઉવર્ણા ચહેરા પર થોડી કરચલીઓ જરૂર પડી ગઈ છે પણ એ કરચલીઓ ચહેરાની આભામાં વધારો કરી રહી છે અને કપાળમાં પેલું એ જ ટ્રેડમાર્ક સમું દેરાસરના કેસરનું તિલક, એ જ છે, એ જ છે. "સરલા જ છે...!" એમનું મન કહેતું હતું. સરલા જ છે... ઓહ... પણ એ અહીં ક્યાંથી...? શું એણે મને ઓળખ્યો હશે? પણ ક્યાંથી ઓળખે? ત્યારે તો મને કાળ દેવાનંદ સ્ટાઈલના ઘુંઘરાળા વાળ હતા અને હવે ટાલ...!

ધીરુભાઈ શબ્દશ ધ્રૂજતા હતા; ઉત્તેજનાથી...! કોઈ અગમ્ય આવેશથી. શબ્દો મળતા ન હતા એમને. પોતાના જ હૃદયના ધબકાર કાનમાં સંભળાઈ રહ્યાં હતાં ધક... ધક... ધક...! જીભ લોચા વાળતી હતી. 'પાણી મળશે? પીવા માટે.' સામે ટેબલ પર મિનરલ વોટરની બોટલ હોવા છતાં ધીરુભાઈએ પાણી માંગ્યું. આટલી ઠંડીમાં ય એમને પરસેવો વળી ગયો. જે મનમાં હતી, જે ક્યાંક દિલમાં સંતાયેલ હતી, સ્વપ્નમાં સતાવતી હતી એ સરલા આજે સામે હતી, રૂબરૂ હતી. જેની હતી જૂતસજૂ થઈ ગઈ હતી એ અચાનક રૂબરૂ....

'ચોક્કસ...' થોડી નવાઈ સાથે બહેન ઊઠીને બહાર ગયા. ઓટલા પર મૂકેલ માટલામાંથી ગ્લાસમાં પાણી ભરી, જાતે લઈ આવી ધીરુભાઈને આપ્યું.

'તમે મને નથી ઓળખ્યો? ઓળખે પણ કેવી રીતે? પણ એ અહીં ક્યાંથી? એ પણ આ વૃધ્ધાશ્રમમાં?' પ્રશ્નોની ધાણી ધીરુભાઈના મનમાં ફૂટી રહી હતી. જમણા કાન પાછળ પરસેવાનો રેલો ધીમેથી ઉતરી રહ્યો હતો. શરીર પાણી પાણી થઈ ગયું હતું.

'આપને કંઈ થાય છે?'

'ના...ના..! આઇ એમ ઓકે..!' એકી ઘુંટે ગ્લાસ ખાલી કરી ધીરુભાઈ બોલ્યા. તેઓ હાંફતાં હતાં. શ્વાસ માટે જાણે વલખાં મારતાં હતાં.

'અહીં આશ્રમમમાં અઠવાડિયામાં બે વાર ડોકટર આવે છે, આજે...!'

'વેઇટ અ મિનિટ....!' બહેનને વચ્ચેથી અટકાવતા મોટેથી ધીરુભાઈએ અચાનક કહ્યું, 'વેઇટ અ મિનિટ....!' પણ પછી શું કહેવું, કરવું એ સમજ ન પડતા તેઓ સાવ મૌન થઈ ગયા.

'બોલો...' એમના મોટા અવાજને કારણે બહેન પણ સહેજ ચમક્યાં.

ખુરશી પરથી ધીરુભાઈ ધ્રૂજતા ધ્રૂજતા ઊભા થયા. હાથ પર સરકી ગયેલ શાલ હળવેકથી

ખુરશીના હાથા પર મૂકી, ત્રણેક ડગલા પાછળ હટીને, બારણાની વચ્ચે ટટાર ઊભા રહી ધીમેથી સંયત અવાજે બોલ્યા 'મને ન ઓળખ્યો? સરલા...?! તારા ધીરેનને?'

હવે ચમકવાનો વારો હતો સરલાનો...!

'ધીરેન...?! ઓ પ્રભુ...તું...?' સરલા ચમકી..! ઝડપથી એ ખુરશી પરથી ઊભી થઈ. ધીરુભાઈ કંઈ સમજે તે પહેલાં તો એણે આગળ વધીને નમીને ધીરુભાઈના ચરણસ્પર્શ કર્યા, 'પ્રભુ આવ્યાં મારે આંગણે ને હું પામર એને જ ન ઓળખી શકી.' સરલાની આંખમાંથી શ્રાવણ - ભાદરવો વહેવા લાગ્યો. ધ્રુસકે ચઢી એ ધીરુભાઈને એકદમ ભેટી પડી. ધીરુભાઈના નયનો પણ છલકાયા. સહેજ સંકોચથી ધીરુભાઈએ સરલાની પીઠ પર હાથ ફેરવવા માંડ્યો. સમય જાણે થંભી ગયો. ડૂસકાં ભરતી સરલા ખુરશી પર ફસકાઈ ગઈ. ધીરુભાઈ એની બાજુની ખુરશી પર બેસી ગયા. હજુ ય એ માની જ શકતા ન હતાં કે તેઓ સરલા સાથે બેઠાં છે, સરલા પાસે બેઠાં છે.

'ધીરેન... ધીરેન...!' ધીરુભાઈની આંખમાં આંખ પરોવી રડતાં રડતાં હસી પડતાં સરલા બોલી 'મને ખાતરી હતી, મને શ્રદ્ધા હતી, તું આવશે, જરૂર આવશે જ !' રડતાં રડતાં ભીગી ભીગી આંખે હસી રહેલ સરલા દિવ્ય, ભવ્ય લાગતી હતી. અદ્ભુત લાગતી હતી, પ્યારી પ્યારી લાગતી હતી. હર્ષાશ્રુથી ભીંજાયેલ સરલા અદ્વિતીય લાગતી હતી.

'પણ તું અહીં...? વૃધ્ધાશ્રમમાં...?' એના જમણા હાથનો પંજો પોતાના બન્ને હાથોમાં લઈ પંપાળતા પંપાળતા ધીરુભાઈએ ઉત્સુકતાથી પૂછ્યું, 'તારું ફેમિલી?'

'આ જ મારું ફેમિલી... પણ તારી વાત કર મને. કેમ કરીને તેં મને શોધી કાઢી?'

'અરે ભાઈ, હું તો આવ્યો હતો વૃધ્ધાશ્રમમાં દાન કરવા માટે... ' સહેજ અટકીને ધીરુભાઈ બોલ્યા, 'એમ જોવા જઈએ તો બાપુજીએ જ મેળવ્યા છે આપણને. એમની સ્મૃતિમાં, એમના નામે મારે દાન કરવું છે. હું બે જ દિવસ પહેલાં આવ્યો અમેરિકાથી.'

'એકલો ?' સરલાએ એકદમ પુછ્યું.

'હા, એકલો, સાવ એકલો...!' ધીરુભાઈએ સાવ શબ્દ પર ભાર દેતાં કહ્યું. 'પણ...!' સહજ વિચારી એ અટકી ગયા.

'કેમ અટકી ગયો?'

'હવે મને તારી વાત કર...!'

'મારી વાત?' સરલા અટકી ને સહેજ મરકતા બોલી, 'મારી વાત તો તારી આગળ આવીને અટકી જાય છે ધીરેન... મેં તો તારી રાહ જોઈ જિંદગીભર...! અને જો, તું આજે મારે આંગણે આવીને ઊભો છે...!'

'શું વાત કરે છે!' ધીરુભાઈ માની જ ન શક્યાં.

'મેં તને કહ્યું હતું ને કે હું તારી રાહ જોઈશ...! અને મેં જોઈ તારી રાહ...!'

સાવ અવાચક જ રહી ગયા ધીરુભાઈ. 'આવો ભવ્ય ત્યાગ..! આવો અમર પ્રેમ...!'

'તું તો જતો રહ્યો હતો અમેરિકા મને પાછળ સાવ એકલી મૂકીને. તરફડતી છોડી ગયો હતો મને. પહેલાં તો મને થયું કે કેમ જિવાશે તારા વિના પણ પછી મને રાહ મળી ગયો જિંદગીનો...' પ્રેમભરી નજરે ધીરુભાઈ તરફ જોતાં સરલા બોલી, 'રસ્તો મળી ગયો જિંદગીનો....! તારી યાદ....! તારી મધુરી યાદ મારા જીવનનું એક અવિભાજ્ય અંગ બની ગઈ...! જ્યાં જોઉં હું ત્યાં તને જ જોતી....! શું કામ શોધું હું તને આસપાસમાં? તું તો વસ્યો હતો મારા શ્વાસે શ્વાસમાં...! મીરાંએ માધવને ચાહ્યો છે એનાં કરતાં વધુ તીવ્રતાથી મેં તને ચાહ્યો છે... મીરાંએ તો વિષનો પ્યાલો પીધો હતો જ્યારે મેં તો તારા અમર પ્રેમનો પ્યાલો પીધો. પ્રેમ કરીને તને હું તો થઈ ગઈ પાવન.....!' એક શ્વાસ લેવા સરલા અટકી પણ એની નજર ધીરુભાઈ પરથી જરાય હટતી ન હતી. એણે વાતનું અનુસંધાન કરતાં કહ્યું. 'પ્રેમ કરીને તને હું તો થઈ ગઈ પાવન....! વસ્યો હતો દિલમાં મારા, સાજન મારો મનભાવન....! મનોરોગીની કક્ષાએ જઈને મેં તને મહોબ્બત કરી છે. માણ્યો છે તને. તારી સાથે સવંનન કર્યું છે. તારી સાથે એકલી એકલી વાતો કરતી. લડતી, ઝઘડતી રહી છું. અરે ! પેટી ભરીને પ્રેમપત્રો લખ્યા છે તને. કાવ્યો રચ્યા છે તારા અમરપ્રેમના...!' ડૂસકું ભરવા સરલા અટકી. ધીરુભાઈ સ્તબ્ધ બની જાણે કોઈ દિવ્ય વાણી સાંભળી રહ્યાં હતાં. 'મોટાભાઈએ તો બહુ આગ્રહ કરીયો. સમજાવી કે પરણી જા...!' સરલા પોતાના પિતા પાનાચંદકાકાને મોટાભાઈ કહેતી હતી. 'પણ મારી જીદ મેં ન છોડી તે ન જ છોડી...! ને તું જ કહે કેમ કરીને પરણું હું પારકાને જ્યારે મનથી વરી ચૂકેલ હું તને...! કેમ કરીને છેતરું મને અને અન્યને...?!' સરલાની આંખો વહેતી હતી, 'પછી તો મને નોકરી મળી ગઈ ગામની સ્કૂલમાં શિક્ષિકાની. મોટાભાઈના સ્વર્ગવાસ પછી તો હું સાવ એકલી થઈ ગઈ. મોટાભાઈએ ખૂબ જ જીદ કરી હતી મને પરણાવવા માટે. તારી યાદનો એક મજબૂત સહારો હતો. એક તરાપો હતો ઝંઝાવાત ભર્યા જીવનસાગર તરી જવાનો પણ ક્યારેક થઈ આવતું કે દીક્ષા લઈ લઉં. છોડી દઉં આ સંસારને, થઈ જાઉં સાધ્વી...!' સરલા સ્થાનકવાસી જૈન હતી, 'વિરકત થઈ જાઉં સંસારથી..! પણ એ મારું તપ નહોતું. એ તો એક બહુ સરળ ઉપાય હતો. ભાગી છૂટવાનો...! અને મેં તો તારા અમર પ્રેમની દિક્ષા લીધેલ તે કઈ રીતે લઉં હું બીજીવાર દિક્ષા..?'

'ઓહ સરલા...!' ધીરુભાઈ ઊભા થયા અને નમીને ખુરશી પર બેઠેલ સરલાના લલાટે એક પ્રેમાળ ચુંબન કર્યું...! સરલા યંત્રવત્ ખુરશી પરથી ઊભી થઈ, પોતાના પગના પંજા પર ઊંચી થઈ ધીરુભાઈને પાગલની જેમ ચૂમવા લાગી. એમના કપાળ પર, ગાલ પર, આંખ પર, હોઠ પર, ગરદન પર... પાવન પ્રેમ...! શુદ્ધ સાત્વિક સ્નેહ નીતરતો હતો. સરલાના બધા બંધનો તૂટી ગયા. પાવક પ્રેમની સરિતા બન્ને કિનારે વહેવા લાગી. ચૂંબનો કરતાં કરતાં સરલા ક્યારેક હસતી હતી તો ક્યારેક રડતી હતી...! સાંઠ વરસની સરલા જાણે સોળ વરસની મુગ્ધા બની ગઈ. હાંફતી હાંફતી સરલા પાછી ખુરશીમાં ફસડાય પડી.

'ઓહ સરલા...! ઓહ સરલા...!' એક અસીમ પસ્તાવાની આગમાં સળગવા લાગ્યાં ધીરુભાઈ.... સરલાના બન્ને હાથના પંજાઓ પોતાના હાથોમાં પ્રેમથી જકડી ધીરુભાઈ નાના બાળકની જેમ ધ્રુસકે ધ્રુસકે રડી પડ્યાં. માંડ હીબકું ખાળી, આક્રંદ રોકી એ બોલ્યા, 'તારે મને સહજ જાણ તો કરવી હતી પગલી... હું જ મૂરખ તારા અમર પ્રેમને સમજી ન શક્યો. મને માફ કર સરલા.'

ધીરુભાઈએ પહેરેલ ચશ્માં કાઢી ટેબલ પર મૂકી પોતાના પાલવથી ધીરુભાઈના આંસુઓ સ્નેહથી લૂછતાં સરલા સહજ મરકીને બોલી, 'તારો કોઈ દોષ નથી ધીરેન. તેં તો મને વારી જ હતી પણ હું જ તારા પર વારી ગઈ હતી. રોજ તારા માટે મહાવીર સ્વામીને પ્રાર્થના કરતી. વિનવતી કે હે વર્ધમાન, મારા ધીરેનને એના જીવનમાં સફળતા આપજે. એના ચરણકમળમાં સુખના સુમનો પાથરજે. તારો કોઈ જ દોષ નથી. બસ, મારા નસીબમાં એ જ લખેલ હતું. મોટાભાઈના ચાલી ગયા પછી મેં હવેલી વેચી દીધી. સ્કૂલમાં હું મુખ્ય શિક્ષિકા બની ગઈ હતી ત્યાંથી રિટાયર થઈ અહીં આશ્રમમાં માણસની વ્યસ્થાપકની જરૂર હતી. ટ્રસ્ટીઓ મને ઓળખતા હતાં એટલે અહીં આવી ગઈ. સૌ વડીલોની સેવા માટે. બસ, મારી યુવાનીમાં તારો એટલો જ સાથ હતો, સહવાસ હતો પણ....'

'પણ....!' ધીરુભાઈએ સરલાની વાતનું અનુસંધાન કરતાં કહ્યું. 'હવે હું તને લેવા આવ્યો છું. મારી સાથે તારે આવવાનું જ છે અને જો તું ન આવી શકે તો, મને તારા આશ્રમમાં સ્થાન આપી દે.' ગળગળાં થઈ જતાં ધીરુભાઈ સરલાના હાથના બન્ને પંજાઓ પકડી સરલાના પગ પાસે ફરસ પર જ બેસી પડ્યા. જાણે ભીખ ન માંગતા હોય !

ખુરશી પર બેઠાં બેઠાં જ સરલાએ એમનાં બન્ને હાથો પોતાની ભીની ભીની આંખોએ અંજલિ લેતી હોય એમ અડાડ્યાં, 'ધીરેન... ધીરેન... ધીરેન...!' સરલા ફરીથી રડી પડી.

યાચક નજરે ધીરુભાઈ આતુરતાથી સરલાને જોતા હતા, ધ્રૂજતા હતા.

સરલાએ ધીરુભાઈના બન્ને હાથ જોરથી પકડી રાખ્યા હતા તે એના હૃદયે લગાવી સહેજ

હસીને સરલા બોલી, 'તારું સ્થાન તો અહીંયાં છે. મારા ઉરમાં, મારા હ્રદયમાં છે.' એની આંખમાથી અશ્રુધારા વહેતી હતી, 'ઓ મારા પ્રાણનાથ, મેં તો તારે નામ મારી આ અને આવનારી હરેક જિંદગી. આ આખી જિંદગી મેં તારી બંદગી કરી છે, ધીરેન.' હવે, એ સહજ અટકી, 'હવે તો જિંદગીની આ સફરમાં તારે ડગલે મારે મારું ડગલું ભરવું છે અને તારી સાથે જ જીવવું ને તારી સાથે જ મરવું...!'

'મરવાની વાત ન કર, સરલા! હવે જ તો શરૂ થાય છે આપણી જિંદગીની ખરી સફર...!' સરલાને ખભાથી પકડી બે હાથો વડે ઊભી કરતાં ધીરુભાઈ આભારપૂર્વક હેતથી ભેટી પડ્યા.

પછીની વાત તો છે... બહુ ટૂંકી ! સરલાએ વૃધ્ધાશ્રમ છોડ્યું. ધીરુભાઈ સાથે ચારધામની યાત્રા કરી. ભારે હૈયે બન્નેએ કાંતાની અસ્થિનું ગંગાના પવિત્ર જળમાં વિસર્જન કર્યું. સરલાનો એક્સપ્રેસ પાસપોર્ટ તૈયાર થયો. એને સરળતાથી અમેરિકાના વિઝિટર વિસા મળી ગયા. ધીરુભાઈએ મારિયાને ઈ-મેઇલ કરીયો. "ગેટ રેડી ફોર સરપ્રાઈઝ... ! ધ બીગ સરપ્રાઇઝ....!"

વૃધ્ધાશ્રમમાં બાપુજીના નામે પચાસ લાખ રૂપિયાનું દાન કરી ધીરુભાઈ અને સરલા આજે નૂવાર્કના લિબર્ટી ઈન્ટરનેશનલ એરપોર્ટ પર ઉતરવાની તૈયારી કરતાં હતાં.

5
ત્રીજો જન્મ?

સ્કૂલ બસમાંથી ઊતરી વિધી ઘરે આવી. ડ્રાઇવ-વેમાં મોમની કાર નિહાળી એ ખુશ થઈ ગઈ. મોમ ઈસ એટ હોમ! વેલ! એણે કૉલ બેલનું બટન દબાવ્યું.

ટીંગ.... ટૉંગ.... ટીંગ.... ટૉંગ.....

દરવાજો બંધ જ રહ્યો!

એણે ફરી બટન દબાવ્યું.

ટીંગ.... ટૉંગ.... ટીંગ.... ટૉંગ.....

મોમે દરવાજો ન ખોલ્યો. બુક બેગના આગળના નાના પાઊચમાંથી ઘરની ચાવી કાઢી એણે બારણું ખોલ્યું. ભારી બુક બૅગ લિવિંગ રૂમના સોફા પર નાંખ્યું. "મો... ઓ... ઓ... ઓ.....મ!" એણે માટેથી બૂમ પાડી. "મો... ઓ... ઓ... ઓ... મ!" સામેથી કોઈ પ્રત્યુત્તર ન આવ્યો.

- વ્હેર ઈસ શી ?! વિધીએ વિચાર્યું. આમ તો વિધી ઘરે આવે ત્યારે એની મોમ નેહા ઘરે ન હોય. પણ આજે મોમ વહેલી ઘરે આવી છે એમ વિચારી એ રાજી રાજી થઈ ગઈ હતી.

"મો... ઓ... ઓ... ઓ... મ!"

ચાર બેડ રૂમના આખા ઘરમાં વિધી ફરી વળી. હવે એના સ્વરમાં થોડી ચિંતા પણ ભળી. મે બી શી ઇસ ઓન ડેક! મોમને બેક યાર્ડમાં ડેક પર ઇઝી ચેરમાં બેસી કૉફી પીતાં પીતાં વાંચવાની ટેવ હતી. એણે કિચનની બારીમાંથી બેક યાર્ડમાં નજર કરી. બેક યાર્ડ ડેક ખાલી

ખમ. "ઓ...હ!" વિધી ગુંચવાઈ. એક મૂંઝારો થઈ આવ્યો; એના બાળ માનસમાં. ફરી એણે ઘરમાં એક આંટો મારીયો. ક્યારેક મોમ હાઈડ થઈ જતી. એ નાની હતી ત્યારે ક્લોઝેટમાં સંતાય જતી. મોમ-ડેડનાં બેડ રૂમમાં વોલ્ક ઇન ક્લોઝેટ હતું. "કદાચ!" દબાતે પગલે દાદર ચઢી એ ઉપર ગઈ. માસ્ટર બેડ રૂમનો દરવાજો ધીરેથી ખોલ્યો. અંદર જઈ ક્લોઝેટનો દરવાજો ખોલી મોટેથી બોલી.

"ગોટ યુ!"

પણ ક્લોઝેટમાં કોઈ ન હતું. હવે વિધીને રડવાનું મન થઈ આવ્યું. "મોમની કાર ડ્રાઇવ-વેમાં છે અને એ ઘરે નથી! કેમ?" એણે છેલ્લી વાર બૂમ પાડી "મો... ઓ... ઓ... ઓ... મ..! વ્હેર આર યુ?" લિવિંગ રૂમમાંથી ડ્રાઇવ-વેમાં નજર કરી એણે મોમની કાર ફરી જોઈ.

"યસ! ઈટ ઈસ હર કાર! હર લેક્સસ!"

રેફ્રિજરેટર પર કોઈ મેસેજ હશે એમ વિચારી એ કિચનમાં ગઈ. પણ ત્યાં કોઈ મેસેજ ન હતો. રેફ્રિજરેટર ખોલી હાઇસી જ્યૂસનું પાઉચ લઈ સ્ટ્રો પાઉચમાં નાખી એણે એક ઘૂંટ પીધો. ઠંડા જ્યૂસથી થોડી રાહત થઈ પણ મૂંઝવણ ઓછી ન થઈ. છેલ્લાં થોડાંક વખતથી મોમ વરીડ હોય એમ લાગતું હતું. ડેડ - મોમ વચ્ચે કંઈક ગરબડ ચાલતી હતી. "સમથિંગ રોંગ ઈસ ગોઇંગ ઓન બિટવીન ઘેમ! બટ વ્હોટ?" એ એના નાનકડા મનની બહારનું હતું. એના માટે તો એની મોમ બહુ લભ્ય હતી! એવરીટાઈમ અવેલેબલ હતી! લવલી હતી!

જ્યૂસ પીતા પીતા એ વિચારતી હતી.

"વ્હેર શુલ્ડ શી?"

"લેટ્સ કૉલ હર! બુક બેગમાંથી એણે એનો સેલ ફોન કાઢ્યો. સવારે મોમે મોકલાવેલ ટેક્સ્ટ મેસેજ એણે ફરીથી વાંચ્યો. "આઇ લવ યુ! આઇ એમ પ્રાઉડ ટુ બી એ મધર ઑફ લવલી ડોટર લાઇક યુ! બેટા, નાઉ ડેઇઝ આર કમિંગ ઘેટ યુ શુલ્ડ ટેઇક કેર ઑફ યોર સેલ્ફ એસ યુ આર ગ્રોઇંગ અપ! ધ લાઇફ ઇસ ફુલ ઑફ સરપ્રાઇઝીસ! એન્ડ ધીસ ઇસ ધ ચાર્મ ઑફ અવર લાઇવ્સ! એવરી ડે ઇન અવર લાઇવ્સ ઇસ અ ન્યુ ડે! વી શુલ્ડ વેલ્કમ ઇચ એન્ડ એવરી ડે વીથ લવ, લાફ્ટર એન્ડ હેપીનેસ! આઇ લવ યુ! ફોર એવર! એન્ડ એવર!"

નેહા વિધીને વિક ડેઇઝમાં રોજ ટેક્સ્ટ મેસેજ કરતી. સવારે સાત - સવા સાતના ગાળામાં... વિધી સ્કૂલ બસમાં બેસતી ને મોમનો મેસેજ આવ્યો જ સમજવો. રોજ રોજ મેસેજમાં મોમ નવી નવી વાતો કહેતી. ક્યારેક જોક્સ, ક્યારેક પોએટ્રી, ક્યારેક કોઈક તત્ત્વ ચિંતન! ટેક્સ્ટ મેસેજનો અપ્રતિમ ઉપયોગ કરતી નેહા એની બેટી વિધીને સંસ્કાર આપવાનો. જીવનના

વિવિધ પાસાઓ સમજાવવાનો. પણ આજનો મેસેજ વાંચી વિધી વિચારતી થઈ ગઈ. મોમે લખ્યું હતું: યુ શુલ્ડ ટેઇક કેર ઓફ યોર સેલ્ફ!

વ્હાય ? ! એ ટેક્સ્ટ મેસેજ ફરી વાર વાંચી ગઈ. એને કોઈ સમજ ન પડી. રોજ આવતાં મેસેજ કરતાં આજનો મેસેજ અલગ હતો... અલગ લાગતો હતો!

સ્પિડ ડાયલનું બે નંબરનું બટન દબાવી એણે મોમને ફોન કર્યો.

- ધ નંબર યુ હેવ ડાયલ્ડ ઇસ નોટ ઇન સર્વિસ.... પ્લીસ, ચેક ધ નંબર એન્ડ ડાયલ અગેઇન!

સામેથી નેહાના મીઠાં-મધુરા અવાજની અપેક્ષા રાખી હતી વિધીએ. એને બદલે કમ્પ્યુટરાઇઝ્ડ શુષ્ક મેસેજ સાંભળવા મળ્યો!
"વ્હોટ!" વિધીના આશ્ચર્યનો પાર ન રહ્યો. ડેડને ડાયલ કરતી ત્યારે મોટે ભાગે મેઈલ બોક્ષ મળતો ને મેસેજ મૂકવો પડતો. પણ મોમ? મોમ તો દરેક વખતે મળે જ! બિઝી હોય તો કહેતી: "દીકુ, હું પાંચ મિનિટમાં તને ફોન કરું છું ને બે મિનિટમાં તો એનો ફોન આવી જ જતો. પણ આજે!" એણે ફરી સ્પિડ ડાયલ માટેનું બટન દબાવ્યું. એ જ લાગણીવિહીન મેસેજ!

-વ્હાય ?! વિધીને રડવાનું મન થઈ આવ્યું.

-હવે ?! વ્હોટ નાઉ ?! ટિસ્યૂ બોક્ષમાંથી ટિસ્યૂ લઈ આંખમાં તરી આવેલ ભીનાશ લૂંછી. નાક સાફ કર્યું.

"મોમ !" ધીમેથી એ બોલી, "આઈ લવ યુ મોમ !" દીવાલ પર લટકતી ફેમિલી તસવીર પર એક નજર નાંખી એ બોલી. હતાશ થઈને એ સોફા પર બેસી પડી. કંઈક અજુગતું બની ગયું, બની રહ્યાની એને આશંકા થઈ. એણે એના ડેડ આકાશને ફોન કર્યો. એ જાણતી હતી કે મોટે ભાગે તો ડેડનો મેઈલ બોક્ષ જ મળશે.

"યસ, વિધી!" એના આશ્ચર્ય વચ્ચે બીજી રીંગ વાગતાં જ આકાશે જવાબ આપ્યો.

"ડે...એ...ડ...!"

"યસ...!"

"વ્હેર ઇસ મોમ?"

"શી મસ્ટ બી એટ વર્ક!"

"નો..! હર લેક્સસ ઇસ હિયર! આઇ કૉલ્ડ હર સેલ એન્ડ ઇટ ઈસ ડિસકનેક્ટડ! આઇ મીન નોટ ઈન સર્વિસ!"

"વ્હોટ?!" આકાશ ચમક્યો.

"ચસ ડેડ, મોમનો સેલ में બે વાર ડાયલ કરીચો !" રડી પડતાં એ બોલી.

"ઓ... ઓ... હ!" આકાશે નિસાસો નાખ્યો.

"નાઉ વ્હોટ ?" વિધીએ પૂછ્યું.

".............!" આકાશ મૌન... આકાશ પાસે ક્યાં કોઈ જવાબ હતો વિધીના પ્રશ્નનો!

****

બરાબર એજ સમયે ક્લિફ્ટનથી લગભગ પચાસ માઈલ દૂર બ્રિજવોટર ખાતે નેહાએ બે બેડરુમના કોન્ડોમિનિયમનો ડોર ખોલી લિવીંગ રૂમમાં ગોઠવેલ સોફા પર પડતું નાખ્યું. અસંખ્ય વિચારોનું વાવાઝોડું એના વિખેરાયેલ મનમાં ફૂંકાઈ રહ્યું હતું. એને વિચલિત બનાવી રહ્યું હતું. એની જાણ બહાર જ નેહાની આંખમાં આંસુની સરવાણી ફૂટી.

જિંદગીમાં એવાં પણ મુકામ આવશે,
સંઘરેલ આંસુ જ પીવા કામ આવશે.

થોડા સમય પહેલાં વાંચેલ ગઝલનો શેર એને યાદ આવ્યો. સંઘરી રાખેલ આંસુનો બંધ તૂટી ગયો હતો. "કેટ કેટલાં જનમો લેવા પડશે આ એક નાનકડી જિંદગીમાં?" નેહાએ મનોમન પ્રશ્ન પૂછ્યો. કહેવાય છે કે સ્ત્રી એક જિંદગીમાં બે વાર જન્મે છે. એક વાર જ્યારે આ દુનિયામાં આવે છે ત્યારે અને બીજી વાર પોતાના પતિના ઘરે પ્રવેશે ત્યારે.

- પણ જ્યારે પતિનું ઘર છોડે ત્યારે?

- ત્યારે શું થાય છે?

- ત્રીજો જન્મ?

- કે પછી...!

ઊંડો શ્વાસ લઈ એ સોફા પરથી ઊભી થઈ. બાથરૂમમાં જઈ ઠંડા ઠંડા પાણીથી એણે મોં ધોયું. કોન્ડોમિનિયમમાં હજુ નવા નવા રંગની ગંધ ગઈ ન હતી. સેંટ્રલ એર - કંડિશનિંગ સિસ્ટમમાંથી ઠંડી હવા આવી રહી હતી.

- શું એણે જ પગલું ભર્યું તે યોગ્ય હતું !

- શું આ એનો ત્રીજો જન્મ છે ?

જાત જાતના વિચારોનું દ્વંદ્વ યુદ્ધ એનાં મનમાં ચાલી રહ્યું હતું. પતિના ઘરનો ઉંબર ઓળંગી દીધો હતો. હવે પાછા વળવાનો તો કોઈ સવાલ જ નહોતો. ફરીથી એ સોફા પર બેસી પડી. આંખો બંધ કરી એણે ઊંડા ઊંડા શ્વાસ લેવા માંડ્યાં. એક અવકાશ છવાઈ ગયો હતો. સાવ એકલી પડી ગઈ હતી એ! ખરેખર શું એ એકલી પડી ગઈ છે? એણે એના પેટ પર હળવેશથી જમણો હાથ ફેરવ્યો લાગણીથી! એના ગર્ભમાં આકાર લઈ રહેલ જીવે હળવો સળવળાટ કરીયો. એનું રોમ રોમ પુલકિત થઈ ઊઠ્યું. જાણે હાજરી પુરાવી રહ્યો હતો એ નાનકડો જીવ! એનું પ્રથમ કંપન!

ના, એ સાવ એકલી નહોતી. એની સાથે, એની અંદર એક જીવ આકાર લઈ રહ્યો હતો! એનું બાળક! એનું પોતાનું બાળક! ભીની આંખે પણ એનાં ચહેરા પર એક સુરમ્ય સુરખી છવાઈ ગઈ! એક મંદ હાસ્ય! ક્યાંય સુધી પોતાના પેટ પર હળવે હળવે હાથ ફેરવતી એ બેસી રહી.

જિંદગી એની કેવી કેવી કસોટી લઈ રહી છે? નેહાએ સોફા પર જ લંબાવી આંખો બંધ કરી. મન-દર્પણમાં જિંદગીના લેખાં - જોખાં થઈ રહ્યાં હતાં. કેવાં મુકામ પર પહોંચી ગઈ હતી જિંદગી? બંધ આંખો આગળ જિંદગી જાણે પ્રવાસ કરી હતી અને સાક્ષી બની પસાર થતી પોતાની જિંદગીને એ જોઈ રહી....

****

"જો બહેન," નેહાનાં નરોત્તમ મામા આજે નેહાના ઘરે આવ્યા હતા, નેહાના લગ્નની વાત લઈને, "છોકરો અમેરિકન સિટીઝન છે. વરસોથી અમેરિકા છે. બરાબર સેટ થઈ ગયેલ છે. સમાજમાં જાણીતું કુટુંબ છે. આપણી નેહાની ઉંમર પણ વધી રહી છે!" "પણ...!" નેહાની બા જરા ખચકાઈને, અટકીને બોલ્યા, "છોકરો વિધુર છે એ વાત આપણે ધ્યાનમાં ન લઈએ, માની લઈએ કે એની પહેલી પત્ની કાર એક્સિડંટમાં ગુજરી ગઈ એમાં એનો કોઈ વાંક

નથી. તમારી વાત પણ સાવ સાચી કે નેહા પણ અઠ્ઠાવીસની તો થઈ ગઈ છે. પણ છોકરાને પહેલી પત્નીથી એક છોકરી છે. બે કે અઢી વરસની. સાચી વાતને?"

જરા શ્વાસ લઈને એ બોલ્યાં,"મને તો એ બરાબર નથી લાગતું...મને તો...!"

અંદરના રૂમમાં નેહા મામા અને એની બા વચ્ચે થઈ રહેલ વાત સાંભળી રહી હતી. મામા થોડા સમયમાં બે-ત્રણ વાર ઘરે આવી ગયા હતા. અને દર વખતે નેહાના લગ્નની વાત કાઢી દબાણ વધારી રહ્યા હતા. એમની વાત પણ સાચી હતી. છોકરીના લગ્નની સરેરાશ ઉંમર કરતાં નેહાની ઉંમર પણ વધી રહી હતી. વધી ગઈ હતી. નાના ભાઈ મનીષે એન્જિનિયર થયા પછી એની સાથે ભણતી અમી મેનન સાથે આંતરજ્ઞાતીય પ્રેમ - લગ્ન કર્યા હતા. નેહાને પણ છોકરાઓ જોવા તો આવ્યાં હતાં પણ કોઈ સાથે મેળ પડતો ન હતો. વળી બાર ગામ, પંદર ગામની સીમાઓ પણ નડતી હતી. એવું નહોતું કે એ ભણેલ નહોતી. એમ.એસ. યુનિવર્સિટીની એ બી. ફાર્મ થઈ હતી. કેડિલા ફાર્માસ્યુટિકલમાં રિસર્ચ એંડ ડેવલપમેંટમાં નોકરી પણ કરતી હતી. એક-બે છોકરા એને પસંદ પણ પડ્યા હતા પરંતુ એઓનું ભણતર નેહાની સમકક્ષ ન હતું કે એમનો અભ્યાસ ઓછો હતો એટલે નેહાએ એમાં રસ ન દાખવ્યો. જ્યારે બીજાઓની માગણીઓ ભારી હતી. પહેરામણી, દાયજો, સો તોલા સોનું, મારુતિ કે સેંટ્રો કાર, ફ્લેટ વગેરે વગેરે. લગ્ન નહીં જાણે કોઈ મલ્ટિનેશનલ કંપનીનું ટેક ઓવર ન કરવાનું હોય! વળી મનીષે આંતરજ્ઞાતીય લગ્ન કરી નાંખ્યા ને નેહા માટે માંગા આવતા ઓછાં થઈ ગયા ને પછી ધીરે ધીરે બંધ જ થઈ ગયા. ને મનીષના ઘરે પણ હવે તો બાળક આવવાનું હતું. નેહાની ઉંમર પણ વધી રહી હતી. પિતા જશુભાઈની ચિંતાનો પહાડ પણ મોટો ને મોટો થઈ રહ્યો હતો. એમને પણ લાગતું હતું કે નેહાનું જલદી ઠેકાણું પડી જાય તો સારું. મનીષ-અમીએ અલગ રહેવું હતું. અમી તો બીજી જ દુનિયામાંથી આવી હતી. એટલે એને તો નેહાની હાજરી ખૂંચતી હતી. સાપનો ભારો બની ગઈ હતી નેહા! એનાં પોતાના કુટુંબ માટે! ભાઈ - ભાભી માટે.... મા-બાપ માટે! પોતાના ન જાણે કેમ પારકાં થઈ જતાં હશે?

"મા...મા..!" નેહાએ બેઠક ખંડમાં પ્રવેશતાં કહ્યું, "મારે મળવું છે, એક વાર છોકરાને!" નેહાને પણ છૂટવું હતું અહીંથી. ક્યાં સુધી એની જિંદગીનો ભાર વહે એના મા-બાપ?

"ગુડ...ગુડ !" નરોત્તમ મામા ખુશ થઈ ગયા. "જોયું સુમિ?" નેહાની બા તરફ ફરી એ બોલ્યા, "આપણી નેહા સમજદાર છે. અને એક વાર અમેરિકા પહોંચી જાય પછી તો જલસા જ જલસા! અરે! જોજોને ત્રણ વરસમાં તો તમને બધાંને ત્યાં બોલાવી દેશે! હું આજે જ નડિયાદ ફોન કરી દઉં છું. આકાશની મોટી બહેનને! લગભગ એકાદ મહિનામાં આકાશ ઇન્ડિયા આવવાનો છે. નેહાનો પાસપોર્ટ તો તૈયાર છે ને?" નરોત્તમમામા હંમેશ દૂરનું વિચારતા હતા.

આકાશ આવ્યો. નેહાને મળ્યો. ચોત્રીસ - પાંત્રીસનો આકાશ સહેજ ટાલિયો હતો. નેહાને પસંદ નાપસંદીનો સવાલ નહોતો. જો આકાશ હા પાડે તો બેસી જવું એવું નેહાએ મનોમન નક્કી કરી દીધું જ હતું. અને હા આકાશ માટે તો વીસથી માંડીને ત્રીસ વરસની કુંવારી છોકરીઓની લાઈન લાગી હતી. પરંતુ આકાશે સૌથી પહેલાં નેહાને મળવાનું. નરોત્તમ મામાની મુત્સદ્દીગીરી પણ એમાં ભાગ ભજવી ગઈ. મામાએ ચક્કર કંઈક એવા ચલાવ્યા કે આકાશ છટકી જ ન શકે! નેહાને આકાશે પસંદ કરી લીધી! ખાસ તો આકાશ નેહાનું ભણતર જાણી રાજીનો રેડ થઈ ગયો: "ધેર ઇસ લૉટસ્ ઑફ સ્કોપ ફોર ફાર્માસિસ્ટ ઇન યુ એસ!" એ પોતે કૉલગેટમાં એનાલીટીકલ કેમિસ્ટ હતો. સિનિયર કેમિસ્ટ! એક વિંટરમાં એની પત્ની નીનાને કાર એક્સિડંટ થયો. ત્રણ દિવસ નીના બેહોશ રહી. એને બચાવવાના બધાં જ પ્રયાસો વ્યર્થ ગયા. ને નીના પ્રભુને પ્યારી થઈ ગઈ. ત્યારે સાવ એકલો પડી ગયો હતો આકાશ - એની બે-અઢી વરસની પુત્રી વિધી સાથે. હલી ઊઠ્યો હતો આકાશ...! આકાશના મા-બાપ આણંદથી દોડી આવ્યા. ધીરે ધીરે આકાશ જિંદગીની ઘટમાળમાં ફરીથી જોડાયો. કોઈના જવાથી કંઈ જિંદગી થોડી અટકી જાય છે! છેલ્લાં થોડાંક વખતથી આકાશના મા-બાપ આકાશને દબાણ કરતાં હતાં પુનઃલગ્ન માટે! એમને પરદેશમાં ગોઠતું નહોતું. દેશમાં એમની બહોળી ખેતી હતી! ઢોર ઢાંખર હતા. જો આકાશનું ઠેકાણું પડે તો તેઓ ફરી દેશ ભેગાં થાય! અને આકાશનું ગોઠવાય ગયું નેહ સાથે! થોડી રજાઓ લઈ આકાશ દેશ આવ્યો. ઝડપથી લગ્ન ગોઠવાયા. કોઈ લેણ - દેણની તો કોઈ વાત જ નહોતી. વળી આકાશે જ લગ્નનો બધો ખર્ચ ઉપાડ્યો! નાનકડી વિધી સૌને ગમી જાય એવી પ્યારી પ્યારી હતી. બધાં સાથે એ એની કાલી કાલી ભાષામાં વાતો કરતી રહેતી.

થોડી વાતો થઈ સમાજમાં - નેહાના લગ્ન વિશે! પણ નેહાને કોઈની કંઈ પડી નહોતી. સમાજને મોઢે ગરણું કોણ બાંધે? જિંદગી એણે પોતે પસંદ કરી હતી. અને.... નેહ પત્નીની સાથે સાથે મા પણ બની ગઈ! એક વહાલી રૂપાળી દીકરીની!

લગ્ન પછી એક અઠવાડિયામાં આકાશ પાછો અમેરિકા પહોંચી ગયો. એ અમેરિકન સિટીઝન તો હતો જ. એણે નેહાની પિટિશન ફાઈલ કરી દીધી ને દોઢ વરસમાં નેહ આવી પહોંચી અમેરિકા. એક નવી જ દુનિયામાં! નેહ સમજદાર હતી, સંસ્કારી હતી. અહીં અમેરિકામાં નવી જિંદગીની શરૂઆત! નવો જન્મ! નવો અવતાર! નેહ તૈયાર હતી.

આકાશ ખુશ હતો. પોતાને એ ભાગ્યશાળી માનતો હતો, નેહાને મેળવીને! નેહાના અમેરિકા આવ્યા બાદ આકાશના મા-બાપ દેશ પરત આવી ગયા. ધીરે ધીરે નેહ ટેવાવા લાગી અમેરિકાની લાઇફ-સ્ટાઇલથી! આકાશનું ચાર બેડરૂમનું મોટું હાઉસ હતું! સરસ જોબ હતી! વિધી તો નેહ સાથે એકદમ હલી-ભળી ગઈ "મોમ... મોમ... મોમ..." વિધી નેહાને છોડતી જ નહોતી. નેહ પણ વિધીને મેળવી ધન્ય ધન્ય થઈ ગઈ!

નેહા હોશિયર તો હતી જ. અમેરિકા આવવા પહેલાં દેશમાં એણે અમેરિકા માટેની ફાર્માસિસ્ટની પરીક્ષાની માહિતી મેળવી, પુસ્તકો વાંચી, રેફરન્સ ભેગા કરી, ઈન્ટરનેટનો ઉપયોગ કરી પૂરી તૈયારી કરી લીધી હતી. આથી પહેલાં જ પ્રયત્નમાં એ જરૂરી એક્ઝામ પાસ થઈ ગઈ. એનું સ્ટેટનું લાયસન્સ પણ આવી ગયું. કાર તો એને ચલાવતા આવડી જ ગઈ હતી. હવે એ સર્ટિફાઈડ ફાર્માસિસસ્ટ બની ગઈ. ફાર્માસિસ્ટનું લાયસન્સ આવતાંની સાથે જ જોબ માટે સામેથી ફોન આવવા માંડ્યાં. "કમ વર્ક વિથ અસ." દેશમાં તો નોકરી માટે કેટ કેટલી લાગવગ લગાવવી પડી હતી! અહીં? એક મહિનામાં તો જોબની ચાર - ચાર ઑફર! વોલ માર્ટ, વોલગ્રીન, રાઇટ એઇડમાંથી... આકાશ સાથે વિચારણા કરી નેહાએ હેકનસેક હોસ્પિટલમાં ફાર્માસિસ્ટની જોબ સ્વીકારી લીધી. સેકન્ડ શિફ્ટમાં. જેથી વિધીની પણ સંભાળ લઈ શકાઈ. નેહા બપોરે સાડા ત્રણે જોબ પર જાય ને થોડી વારમાં આકાશ જોબ પરથી આવી જાય એટલે વિધીએ બેબી-સિટર પાસે, બેબી-સિટર સાથે વધુ સમય રહેવું ન પડે.

નેહાની જિંદગી સડસડાટ દોડવા લાગી. ઘર, જોબ, આકાશ, વિધી, વિક ડેઇઝ, વિકઍન્ડ, સુપર માર્કેટ, ક્રૂપન, મૉલ, શોપિંગ, નવી કાર લેક્સસ... હોસ્પિટલમાં પણ નેહા સૌની માનીતી થઈ ગઈ. દિલ જીતવાની કલા હતી એની પાસે. સમય સળસળાટ દોડવા લાગ્યો. મહિને - બે મહિને દેશ ફોન કરી મા-બાપની સાથે નેહા વાતો કરી લેતી. આકાશ ખુશ હતો. વિધી ખુશ હતી. નેહા ખુશ હતી. જિંદગીમાં ક્યાંય કોઈ મૂંઝવણ ન હતી. ક્યાંય કોઈ કમી નહોતી.

પણ ક્યાંક કંઈક ખૂંટતું હતું ! કે પછી એ નેહાનો વહેમ હતો ?

વિધી આજે નેહાની સાથે સુતી હતી. કોઈ કોઈ રાત્રે, મોટે ભાગે જ્યારે નેહાને રજા હોય ત્યારે વિધી એના બેડ રૂમમાં સુવાને બદલે નેહા-આકાશની સાથે સુઈ જતી. નેહાને વળગીને. નેહા વિધીને અસીમ પ્રેમ કરતી. ને વિધીની તો એ તારણહાર હતી! ડેડ ક્યારેક મેડ થઈ જતાં! પણ મોમ? નેવર! વિધીને એક પળ પણ ન ચાલતું નેહા વિના. એ નેહાને છોડતી નહિ! જ્યારે નેહા ઘરે હોય ત્યારે પૂરો કબજો વિધીનો જ. નેહાને તો ખૂબ મજા પડતી. આનંદ મળતો. સંતોષ મળતો. વિધીનો નિઃસ્વાર્થ પ્રેમ મેળવી એ પાવન થઈ જતી. આકાશ કહેતો કે નેહા વિધીને બહુ પેમ્પર કરતી હતી. લાડકી કરતી હતી!

વિધી નેહાને વળગીને સુતી હતી. એનો જમણો પગ નેહાના પેટ પર હતો અને જમણો હાથ છાતી પર. રાત્રિનો એક વાગી ગયો હતો. આજે વીક ઍન્ડ હોય, નેહાને રજા હતી. એટલે એ આખો દિવસ ઘરે જ હતી. ઉંઘનું બાષ્પીભવન થઈ ગયું હતું. આકાશ પડખું ફરી સુઈ ગયો હતો. એના નસકોરાનાં ધીરાં ઘરઘરાટ સિવાય બેડ રૂમમાં શાંતિ હતી. નેહાએ વિધીનો પગ હળવેથી પોતાના શરીર પરથી હટાવ્યો. એના કપાળે એક હળવી ચૂમી ભરી. નિદ્રાધીન

વિધી ઊંઘમાં ધીમું ધીમું મરલતી હતી. નેહાએ વિધી તરફ નજર કરી, એના કપાળ પર, વાળ પર પ્રેમથી હાથ પસવારી, આકાશ તરફ એક ઊડતી નજર નાખી નેહા છત તરફ જોવા લાગી. શૂન્યમનસ્ક! કોરી આંખોમાં નિદ્રાનું ક્યાંય નામોનિશાન નહોતું.

"શું મા બનવું ખોટું છે?" એના મને છેલ્લાં કેટલાંક સમયથી પૂછવા માંડેલ પ્રશ્ન પાછો પૂછ્યો.

"કેમ, તું મા નથી વિધીની ?"

"છું જ !! ચોક્કસ છું જ !"

"પરંતુ.....!"

એ પલંગ પરથી ઊભી થઈ ગઈ. વિધીને બરાબર ઓઢાડી એ બેડરૂમની વિશાળ બારી પાસે ગઈ. બારીમાંથી આકાશમાં નજર કરી. ચંદ્રમાં વાદળો સાથે સંતાફૂકડી રમતો હતો. લપાતો- છુપાતો ચંદ્ર વધુ રૂપાળો લાગતો હતો..! વાદળોમાં ઊલઝાતો પવન વાદળોને જુદા જુદા આકારમાં ઢાળી રહ્યો હતો. દરેક આકારમાં નેહાને બાળકોનો આકાર દેખાતો હતો. ગોળમટોળ રૂપાળા બાળકો, દોડતાં બાળકો, ગબડતાં બાળકો, રડતાં બાળકો, હસતાં બાળકો, રડતાં બાળકો... બાળકો જ બાળકો પણ ક્યાં છે એનું બાળક? પોતાનું બાળક?

નેહાને પોતાનું બાળક જોઈતું હતું. એના ગર્ભાશયમાં આકાર લેતું! પોતાના લોહી માંસમાંથી સર્જાતું. પોતાની કૂખે જન્મતું. ને એમાં ખોટું પણ શું હતું? એણે મા બનવું હતું. લગ્નને પાંચ - છ વરસ થઈ ગયા હતાં. શરૂઆતમાં એણે યાસ્મિન ગોળી ગળી હતી. જે લગભગ બે વરસથી બંધ કરી હતી. કોઈ કોન્ટ્રાસેપ્ટિવસ એણે કે આકાશે વાપર્યા નહોતાં. આકાશને તો કોન્ટ્રાસેપ્ટિવસ વાપરવાનો ભારે અણગમો હતો. પણ કંઈ વાત બનતી ન હતી! અને દર મહિને એ નિરાશ થઈ જતી. આકાશ સાથે એણે સહશયન વધારી દીધું. કોઈ તક એ નહોતી છોડતી. ક્યારેક ક્યારેક તો એ આક્રમક બનતી! આકાશ ધન્ય ધન્ય થઈ જતો. ગુંગળાઈ જતો! મૂંઝાઈ જતો! પણ મનોમન - તનોતન એ ખુશ થતો..! મહોરી ઊઠતો...! અને એક પુરૂષને બીજું જોઈએ પણ શું પત્ની તરફથી? નેહાને પણ મજા આવતી એક પૂર્ણ પુરૂષને વશ કરતાં!

સહુ સુખ હતું એનાં ચરણ-કમળમાં! કોઈ રંજ નહોતો. કોઈ બંધન નહોતું. સુખથી જીવન તરબતર હતું પણ મન વેર વિખેર હતું નેહાનું. કોઈ પણ સ્ત્રી મા બન્યા વિના અધૂરી છે! કોઈ પણ સ્ત્રીની જિંદગી અસાર્થક છે મા બન્યા વિના, પોતાના બાળકની મા બન્યા વિના. નેહાએ આકાશને કોઈ વાત ન કરી પણ એણે નક્કી કર્યું કે બસ હવે તો એને પોતાનું બાળક જોઈએ, જોઈએ અને જોઈએ જ.

****

"યુ આર એબ્સોલ્યુટલી નોર્મલ." ગાયનેકોલોજિસ્ટ ડો. મારિયાએ નેહાને તપાસી કહ્યું, "નથિંગ રોંગ. યુ મસ્ટ કન્સિવ...!" ડો. મારિયા હેકનસેક હોસ્પિટલ ખાતે જ ફર્ટિલિટી ડિપાર્ટમેન્ટના હેડ હતા. નેહાને ઓળખતા હતા, "ટ્રાય ધોઝ ડેઇઝ અરાઉન્ડ ઓવ્યુલેશન. વી વિલ ટ્રેક ડાઉન ધ કરેક્ટ ડે એંડ ટ્રાય ધોઝ ડેઇઝ વિધાઉટ મિસિંગ."

પછી તો તબીબી શાસ્ત્રની બધી જ વિધિઓ શરૂ થઈ. બધાં જ ટેસ્ટ. સમય પસાર થવા લાગ્યો. નેહાની બેચેની વધતી જતી હતી. સરી જતો સમય નેહાને પકડવાનો પ્રયત્ન કરતી હતી પણ લાગતું હતું કે એ હારી રહી હતી અને એ હારવા માંગતી નહોતી.

"કુલ ડાઉન... નેહા ! સમટાઇમ ઇટ ટેઇક્સ ટાઇમ." ડો. મારિયા નેહાને ધીરજ બંધાવતા હતા, "આઇ હેવ સીન કેઈસિસ વીચ ટુક યર્સ... વિધાઉટ એની રિઝન..! એન્જોય યોર લાઇફ... સ્ટ્રેસ ફ્રી સેક્સ! ડોન્ટ વરી, રિલેક્સ..! એવરિથીંગ વીલ બી ઓકે! યોર ઓલ રિપોર્ટ્સ આર વેરી નોર્મલ. જસ્ટ વી હેવ ટુ વેઇટ! વેઇટ ફોર એ મોમેન્ટ વીચ વીલ મેઇક યુ અ મધર! લવલી મધર, માય ડિયર!" ડો. મારિયાએ નેહાના ખભા પર હાથ મૂકી હસતા હસતા કહ્યું, "વી નીડ ટુ ચેક યોર હબી!"

"બટ મે.....મ, હી ઇસ ઓલરેડી ફાધર ફ્રોમ હીસ ફર્સ્ટ વાઈફ!"

"ઘેટ્સ ટ્રુ!"

શ્વાસ લઈ ડો. મારિયા બોલ્યા, "વન મોર ટેસ્ટ વી વીલ પરફોર્મ!! એક્ટિવિટિ ઈવાલ્યુએશન ઓફ સ્પર્મ ઇન યોર બોડી આફ્ટર યુ ગેટ ઇન! હાઉ ઇટ ટ્રાવેલ ટુ ટ્યૂબ. ટુ ધ ફાઇનલ ડેસ્ટિનેશન."

એ ટેસ્ટ પણ થયો... અને પરિણામ આવ્યું સાવ ચોંકાવનારું!

વ્હાય ? વ્હાય....?

શુક્રાણુવિહિન....!

ઘેર વીઝ નો સ્પર્મ. વજાનયલ ફ્લ્યુડ હેવિંગ નો સ્પર્મ. નોટ અ સિંગલ. ડેડ ઓર સરવાઇલ. નથ્થિંગ !! શૂન્ય !! ના...ડા..!

"વ્હાય....??" નેહા સહમી ગઈ. આકાશ તો પિતા છે, વિધીનો.

તો પછી?

વિધી આકાશની છોકરી નથી કે પછી...?

''ઓહ! ઓહ!'' નેહા મૂંઝાઈ... ગુંચવાઇ... વલોવાય ગઈ....

સમયને પસાર થતો કોણ અટકાવી શકે ? નેહાએ મા બનવાની મનીષા આકાશને આછી આછી જણાવી હતી ત્યારે આકાશે કહ્યું હતું કે, તું મોમ તો છે જ ને વિધીની? જોને, વિધી તો ભૂલી પણ ગઈ છે કે, એની ખરી મધર તો નીના છે. "યુ આર અ ગ્રેટ મોમ !"

નેહાએ આકાશને જરા પણ જાણ થવા ન દીધી કે, માતા બનવાના પ્રયત્નમાં એ કેટલી આગળ વધી હતી અને એવા મુકામ પર પહોંચી ગઈ હતી કે જ્યાંથી પાછા વળવાનો કોઈ રસ્તો જ નહોતો. જિંદગીના એ મુકામનું કોઈ સરનામું નહોતું.

***

ડિસેમ્બર મહિનો બેસી ગયો હતો. સહુ ખુશ હતાં. ફેસ્ટિવલ મૂડ! સર્વ જગ્યાએ માનવ મહેરામણ ઊમટ્યો હતો. મૉલમાં ગિરદી વધી રહી હતી. વિધીએ લિસ્ટ બનાવી એની મોમને આપી દીધું હતું. એને જોઈતી ગિફ્ટનું. આકાશ ખૂબ ખુશ હતો. ત્રણ દિવસની એને રજા હતી. બીજી બે રજા મૂકી દેતાં આખું વીક રજા મળી જતી હતી. બસ, ઘરે પડી રહી થાક ઉતારવો હતો. ખૂબ ખૂબ ઊંઘવું હતું! મોંઘામાંનાં ઉચ્ચ ગુણવત્તાના થોડા વાઈન એણે ક્યારના લાવી બેઝમેંટમાં મૂકી રાખ્યા હતા.

એક ઠંડી રાત્રિએ વિધીને એના બેડરૂમમાં સુવડાવી નેહ આકાશના પડખામાં સમાઈ. આકાશના ગરમા ગરમ હોઠો પર એણે એના નરમ નરમ હોઠો ચાંપ્યાં. આકાશના શ્વાસમાં વાઈનની માદક સુગંધ હતી.

શું કરી રહી હતી એ? કઈ રમત માંડી હતી નેહાએ ?

નેહાના મને ડંખીલો પ્રશ્ન પૂછ્યો. નેહ અચાનક અલગી થઈ ગઈ આકાશથી. એના શ્વાસોશ્વાસ વધી ગયા. ઝડપી થયા. હૃદયના ધબકારા ધફ્... ધફ્... ધફ્... કાનમાં સંભળાઈ રહ્યાં હતાં. શું કરવું? શું કહેવું આકાશને?

"વોટ હેપન્ડ ?" આકાશે નેહાના કાંપતાં હોઠો પર હળવેથી આંગળી ફેરવી. પછી એના રેશમી વાળ સાથે રમવા લાગ્યો. મૌન મૌન નેહા પોતાના દિલની ધડકન સાંભળતી રહી..! હોઠ પરથી ફરતો ફરતો આકાશનો હાથ નેહાના શરીર પર ધીરે ધીરે નીચે ઊતરી રહ્યો હતો! એ હાથ નેહાએ અટકાવી દીધો! પકડી લીધો! સહેજ વિચારી એ હાથને એણે પોતાના પેટ પર મૂક્યો ને ધીરેથી કહ્યું, "આઇ એમ પ્રેગ્નન્ટ !"

અટકી જ ગયો આકાશનો હાથ નેહાના પેટ પર જ! સાવ થીજી જ ગયો! હાથ પણ ને આકાશ પણ. ચાર પાંચ મિનિટ માટે. ત્યારબાદ, હળવેકથી આકાશે હાથ હઠાવ્યો. પલંગ પર એ બેઠો થયો. શૂન્યમનસ્ક! બેડ પર જ બેસી રહ્યો. નેહા પથરાઈ હતી પથારીમાં. બેઠાં થઈ પીઠ પાછળથી આકાશના બન્ને ખભાઓ પર બે હાથ મૂકી આકાશને સહેજ વળગીને નેહાએ એની ગરદન પર હળવું ચુંબન કર્યું. હવે એને મજા આવવા લાગી! જે રીતે આકાશ સહમી ગયો એ એની અપેક્ષા મુજબનું જ હતું. નેહાને હડસેલી આકાશ ઊભો થઈ ગયો સહેજ ચમકીને.

"આર યુ નોટ હેપ્પી?" નાઈટ લૅમ્પના મંદ મંદ ઉજાસમાં પણ આકાશની મૂંઝવણ એના ચહેરા પર સ્પષ્ટ દેખતી હતી.

"............" આકાશ મૌન. "શું કહે આકાશ?" ઊઠીને એ લિવીંગ રૂમમાં જતો રહ્યો. વાઈનનો જે થોડો નશો હતો તે ઊતરી ગયો. ઊંઘ ઊડી ગઈ એની.

તો વાત એમ હતી!

"બટ હાઉ?" આકાશ વિચારતો થઈ ગયો. લિવીંગ રૂમમાં સોફા પર બેસી આકાશ વિચારવા લાગ્યો: "હાઉ ધીસ હેપન્ડ? એનું ગળું સુકાયું, તરસ લાગી પણ એ બેસી જ રહ્યો. બુદ્ધિ બહેર મારી ગઈ એની. કેવા મુકામ પર લાવી દીધો એને નેહાએ? કે પછી એણે નેહાને?

નેહા ઊંઘી ગઈ હતી ઘસઘસાટ. આકાશની ઊંઘ ઉડાડીને. ક્યાંય સુધી આકાશ સોફા પર જ બેસી રહ્યો. વિચારમગ્ન! લાંબા સમય પછી એ ઊભો થયો અને બારી પાસે ગયો. બહાર નજર કરી તો જોયું. મોસમનો પહેલો સ્નો પડવાની શરૂઆત થઈ હતી. આકાશમાંથી જાણે પીંજાયેલ રૂ વરસી રહ્યું હતું. બાગમાં રોપેલ નાના નાના છોડવાઓની કોમળ ડાળીઓ પર સ્નો થીજી રહ્યો હતો. આકાશની જિંદગીની જેમ જ!

આકાશ ફરી બેડ રૂમમાં ગયો. નેહા પર એક ઊડતી નજર નાખી એ લિવીંગ રૂમમાં આવ્યો. રિક્લાયનર સોફા પર જ લંબાવી એણે આંખો બંધ કરી. નિંદ્રારાણી તો રિસાઈ હતી અને હવે તો જિંદગી પણ રિસાવા લાગી હતી.

પછી તો ધીરે ધીરે અંતર વધવા લાગ્યું આકાશ અને નેહા વચ્ચે....

નેહાને થોડા આનંદની સાથે અંદર અંદર રંજ પણ થતો હતો. આકાશને આમ તડપાવવાનો, સતાવવાનો. આકાશને શું હક્ક હતો નેહા સાથે આવી રમત રમવાનો? ખુશ ખુશાલ રહેતો આકાશ ગમગીન રહેવા લાગ્યો. જગજીતસિંગની ગઝલ ગણગણતો આકાશ મૌન મૌન રહેવા લાગ્યો. રોજ સમયસર આવી જતો આકાશ જોબ પરથી મોડો આવવા લાગ્યો. આવીને એ વ્હિસ્કીની બોટલ ખોલી બેસતો. જામ પર જામ ખાલી થવા લાગ્યા. નેહા તો સેકન્ડ શિફ્ટમાં કામ કરતી હોય, કામે ગઈ હોઈ. વિધીને સમજ ન પડતી કે ડેડ કેમ આવું કરે છે? ડેડ કેમ મોમ સાથે વાત નથી કરતાં? મારી સાથે વાત નથી કરતાં? જોક નથી કરતાં. ડેડ મોમ કેમ સાથે નથી સૂતાં? ડેડ લિવીંગ રુમમાં કે ગેસ્ટ રુમમાં સૂઈ જાય છે. મોમ ખુશ ખુશ રહે છે. ખૂબ ખૂબ હસે છે. ખોટું ખોટું હસે છે! ખૂબ ખાય છે, ને ડેડ? સેડ સેડ! વ્હાય? વ્હાય?

નેહાની મૂંઝવણ વધી રહી હતી. જે ખેલ શરુ કરીયો હતો આકાશે એનો અંત શું આવશે? એક મૂંઝવણ અંદર અંદર કોરી રહી હતી એને. એક તો આવી જિંદગીને કારણે માનસિક અમૂંઝવણ ને પ્રેગ્નન્સીને કારણે. Morning સિકનેસ, ઉબકા આવતાં, ખાવાનું મન થાય ને ખાય ન શકાય, ઊલટીઓ થઈ જતી. કોઈ પ્રેમથી પીઠ પર હાથ પસવારી પાણીનો પ્યાલો ધરે એવી ઇચ્છા થતી પરંતુ આકાશ પાસેથી એવી અપેક્ષા રાખવી વ્યર્થ હતી. એણે તો સાવ અબોલા લઈ લીધાં હતાં. રમતાં રમતાં બાળક રિસાઈ જાય ને કહી દે જા, નથી રમતો. બસ, આકાશે વગર કહ્યે જ કહી દીધું હતું: "જા, નથી રમવું!" પણ અંચઈ કરી હતી કોણે? આકાશે કે નેહાએ? પરંતુ આ રમત નહોતી. જિંદગી હતી. જિંદગી જિંદગી જ રહે છે..! આકાશ નેહાએ જિંદગીને રમત બનાવી દીધી હતી.

હવે ?

આકાશનું પીવાનું વધી ગયું હતું. અનિયમિતતા વધી રહી હતી. દાઢી વધી ગઈ હતી. એની આંખોની નીચે કુંડાળા વધુ ઘાટા થવા લાગ્યા. વિધી નેહાની સાથે વાતો કરતી રહેતી. એ ક્યારેક ડેડ વિશે પણ પુછતી: "મોમ, ડેડ કેમ સેડ છે?" શું કહે નેહા વિધીને? નેહાએ વિધીને સાચવવાની હતી. વિધી નેહાના જીવનનું અંગ બની ગઈ હતી. ભલેને એના અંગમાંથી જન્મી નહોતી પરંતુ આકાશ સાથે રહેવું આકરું લાગતું હતું! આકાશ સાથે, આકાશ જેવાં માણસ સાથે રહી પણ કેમ શકાય!

"આકાશ!" એક શનિવારે સવારે નેહાએ આકાશને કોફી આપતાં કહ્યું, "તેં આજકાલ વધારે પીવા માંડ્યું છે!"

“............” આકાશ ક્યાં કંઈ બોલતો હતો!

“જ્યારથી મારી પ્રેગ્નન્સીની વાત તેં જાણી ત્યારથી....” અટકીને, થૂંક ગળી નેહા બોલી, “તું ખુશ નથી. વ્હાય..??” નેહાએ આકાશના મોઢેથી વાત સાંભળવી હતી. ભલે એ માટે આકાશના મોઢામાં આંગળાં નાખવા પડે!

“ના...!” કોફીનો ઘૂંટ ભરી આકાશે નેહાથી નજર ચૂકવી કહ્યું. “એવું કંઈ નથી.”

“ખરેખર?” નેહાએ આકાશની નજર સાથે નજર મેળવવાનો પ્રયત્ન કરતાં તીક્ષ્ણ સવાલ પૂછ્યો. “ખા, કસમ વિધીની!”

“એમાં તું વિધીને ન લાવ!”

“કેમ તારી દીકરી છે એટલે?”

“.........!” મૌન રહી આકાશે નેહાના પેટ પર વિચિત્ર રીતે નજર કરી. જે હવે સહેજ ઊંચું દેખાતું હતું. વળી નેહાએ પણ પેટ પર જ હાથ મૂક્યાં હતાં.

“....ને આ તારું બાળક નથી?” નેહાએ કહી દીધું, સીધે સીધું જ કહી દીધું, “મિ. આકાશ, આસ્ક યોરસેલ્ફ! કેમ સીધે સીધું મને પૂછતો નથી કે કોનું બાળક છે મારા ઉદરમાં?” ઊંડો શ્વાસ લઈ એ બોલી, “વિધી તારી દીકરી છે તો આ મારું બાળક છે! મારું પોતાનું! મેં તો વિધીની મધર બનવાનો પૂરો પ્રયત્ન કરીયો. મિસ્ટર આકાશ, નાવ ઇટ ઇસ યોર ટર્ન..! હવે તારો વારો છે મારા બાળકના ફાધર બનવાનો. અને દુનિયા આખી જાણે છે કે હું વિધીની સ્ટેપ મધર છું. સાવકી મા છું પણ તું અને હું જ જાણીએ છીએ કે તું મારા બાળકનો સ્ટેપ ફાધર છે.”

“........!” આકાશ મૌન.

“ઘણું અઘરું છે ને આકાશ સાવકા બાપ બનવાનું? પણ હું તો હસતાં હસતાં બની હતી સાવકી મા ! સ્ટેપ મધર વિધીની. મેં એને સાચો પ્યાર કરીયો છે. મારી દીકરી છે એ. કદાચ, તારા કરતાં પણ વધારે એ મારી નજીક છે. એ તો તું પણ જાણે જ છે અને આકાશ, જો વિધી ન હોત તો હું તને ક્યારની ય છોડીને જતી રહી હોત પણ....” નેહાએ ઊંડો નિઃશ્વાસ નાખ્યો... “એ તો વિધીનો પ્યાર છે જેણે મને જકડી રાખી છે આ ઘરમાં. બાકી મારો દમ ઘૂંટાય છે તારા ઘરમાં. તારી સાથે જીવતાં, તારા જેવાં જુઠ્ઠાં માણસ સાથે.” સહેજ ક્રોધિત થઈ ગઈ નેહા.

"એમ આઇ લાયર?"

"પૂછ તારી જાતને." આકાશની છાતી પર ઇન્ડેક્ષ ફિંગર મૂકતાં નેહ મક્કમતાથી બોલી. "આસ્ક યોરસેલ્ફ...! તારે સ્ત્રી જોઈતી હતી. તારી વાસના સંતોષવા, તારા ઘરને સાચવવા, તારી બાળકી સાચવવા, તને ખવડાવવા, તારા માટે રાંધવા. અ....અ રે....!!! એ માટે મારી જિંદગી બગાડવાની શી જરૂર હતી? ઘૃણા આવે છે મને...! મારી જાત પર કે, મેં તારું પડખું સેવ્યું. તારી વાસના સંતોષી. મારા શરીરને મેં અભડાવ્યું."

".......તો.... આ શું છે તારા પેટમાં...?" આકાશે જરા મોટો અવાજ કરી નેહાના પેટ તરફ અંગુલિનિર્દેશ કરતાં પૂછ્યું.

"ના.... આ પાપ નથી. મારી કૂખમાં આકાર લેતું મારું બાળક છે. મારું પોતાનું. તું માની રહ્યો છે એવું કંઈ જ નથી. અને મારા પર એવો શક કરે તે પહેલાં પૂછ તારી જાતને, તારા આત્માને, જો તારો આત્મા જીવતો હોય તો હજુ....!" ગુસ્સા પર માંડ કાબૂ રાખતાં નેહ મક્કમતાપૂર્વક બોલી. "આસ્ક યોર સોઉલ. તેં શું કર્યું મારી સાથે લગ્ન પહેલાં? આઇ નો એવરિથિંગ! મને બધી જ ખબર છે. તને તો ખબર જ છે કે, હું હોસ્પિટલમાં કામ કરું છું. મધર બનવા માટે જરૂરી મેં બધાં જ ટેસ્ટ કરાવ્યા ને મને જાણવા મળ્યું કે, તારા સ્પર્મમાં ખામી છે. અરે! સ્પર્મ જ નથી. એટલે મને તો પહેલાં શક થયો કે તારામાં કોઈ જન્મજાત ખામી છે અને નીના - તારી પહેલી પત્ની તને કોઈનું બાળક પધરાવી સ્વર્ગે સિંધાવી ગઈ..! અને તું વિધીને તારું બાળક માની રહ્યો છે પરંતું મારે મારો શક દૂર કરવો હતો." શ્વાસ લેવા નેહ અટકી... "હા, હું બેચેન થઈ ગઈ. મારે મારો શક દૂર કરવો જ રહ્યો. તને યાદ છે ગયા વરસે મેં તને મારી જ હોસ્પિટલમાં તારા બ્લડ વર્ક કરાવવા વિનંતિ કરી હતી? ખાસ આગ્રહ કરીયો હતો. એમાં એક કારણ હતું, ઘેર વોઝ અ રિઝન. આઇ વૉંટેડ ટુ મેઇક સ્યોર કે વિધી તારી જ છોકરી છે. તારું જ સંતાન છે. ત્યારે તારા બ્લડ વર્ક, લિપિડ પ્રોફાઇલ વગેરે સાથે તારો અને વિધીનો ડીએનએ મૅચિંગ ટેસ્ટ પણ કરાવ્યો હતો. ઍન્ડ આઇ વોઝ શૉક્ડ ! આઇ એમ શૉક્ડ ! વિધી તો તારી જ છોકરી નીકળી. તારી જ દીકરી નીકળી. તો પછી તું સ્પર્મલેસ? વ્હાય? વ્હાય? મારી તો ઊંઘ ઊડી ગઈ. મારું જીવવાનું હરામ થઈ ગયું. તને તો જરા પણ જાણ ન થઈ - મારી એ અસીમ બેચેનીની. મારે તો મા બનવું હતું. મારા પોતાના બાળકની મા! મેં મારું ઇન્વેસ્ટિગેશન ચાલું કર્યું. મેં તારા હેલ્થ ઇંસ્યુરન્સ એટના પાસેથી માહિતી મેળવી. તારા દશ વરસના મેડિકલ રેકર્ડસ મેળવ્યા. કમ્પ્યુટરના થોડા બટનો દબાવતાં ને પાંચ-પંદર ફોન કરતાં મને એ જાણવા મળ્યું કે જે તું છુપાવતો હતો મારાથી."

ઠરી જ ગયો આકાશ નેહાની વાત સાંભળીને.

"મારી સાથે બીજાં લગ્ન કરતાં પહેલાં તેં વેઝેક્ટોમી કરાવી હતી! નસબંધી. વંધ્યત્વનું ઓપરેશન. આઇ નો ડેઇટ ઓફ યોર સર્જરી. આઇ નો યોર સર્જીકલ સેન્ટર. ઇવન આઇ નો યોર સર્જન નેઇમ. આઇ નો એવરીથિંગ." નેહાની આંખમાં આંસુ ધસી આવ્યાં, "શા માટે તેં મને છેતરી? શા માટે? શા માટે? હું એવું બીજ મારી ફળદ્રુપ ફૂખમાં વાવતી રહી કે જે કદી ઊગવાનું જ નહોતું! એવું બીજ કે જેમાં જીવ જ નથી...!" ડૂસકે ડૂસકે રડી પડી નેહા, "હું મને જ દોષી માનતી રહી મારી વાંઝણી ફૂખ માટે..! જ્યારે તેં તો મને પત્ની બનાવતાં પહેલાં જ વાંઝણી બનાવી દીધી હતી. મારી ફૂખ ઉજાડી દીધી હતી. એક સ્ત્રીનો મા બનવાનો જન્મસિદ્ધ અધિકાર તેં છીનવી લીધો." માંડ ડૂસકું રોકી શ્વાસ લેતાં નેહા બોલી. "વ્હાય? વ્હાય? વ્હાય? શા માટે? આકાશ, શા માટે તેં મને છેતરી? મારો શો દોષ? તું તારી દીકરી, વિધીને સાવકી મા આપવા રાજી હતો. પરંતુ, સાવકા ભાઈ-ભાંડું આપવા માંગતો નહોતો! આપવા માંગતો નથી. તારા પામર મનમાં એવો ડર હતો અને છે કે જો બીજાં લગ્નથી બાળક થશે તો બીજી પત્ની એના પોતાના બાળકને ચાહવા લાગશે ને વિધીને કોરાણે મૂકી દેશે. વિધીને ઇગ્નોર કરશે. બરાબરને? લ્યાનત છે તને.... ધિક્કાર છે તારી એવી હલકી વિચાર સરણીને..! તું શું સમજે એક સ્ત્રીત્વને? તું શું જાણે માતૃત્વને? માનાં પ્રેમને!" નેહા ફરી ધૂસકે ધૂસકે રડી પડી, "યુ પ્લેઇડ વિથ માય મધરહુડ ! માય ફિલિંગ્સ ! માય લવ! અરે! નામ આકાશ રાખવાથી કંઈ મહાન નથી થઈ જવાતું. આકાશ... શા માટે તેં આવું કર્યું?"

રડતાં રડતાં નેહા ડાયનિંગ ટેબલની ખુરશી પર ફસડાય પડી. નેપ્કિન હોલ્ડરમાંથી પેપર નેપ્કિન લઈ આંખમાં આવેલ આંસુ સાફ કર્યા. "આકાશ શા માટે? તને શું હક હતો મારા માતૃત્વને છીનવી લેવાનો? શું ગુજર્યું હશે મારા પર વિચાર કર! જ્યારે મેં જાણ્યું કે તેં મને છેતરી છે. તેં ડિફરન્ટેક્ટોમી કરાવી છે. અરે, લગ્ન પહેલાં જો તેં મને કહું હોત તો પણ હું તારી સાથે જ લગ્ન કરત..." ખુરશી પરથી બેઠાં થઈ નેહાએ મૂર્તિમંત સ્તબ્ધ ઊભેલ આકાશના ખભા પર બન્ને હાથો મૂક્યા, "ના... આકાશ, ના... તેં તો જિંદગીની ઈમારતના પાયામાં જ અસત્યની ઈંટો મૂકી. ના, આકાશ ના. મારે મારા બાળકને તારું નામ નથી આપવું. અને મિસ્ટર આકાશ, ફોર યોર કાઈન્ડ Information કે આ બાળકનો બાપ તું નથી એ તો ચોક્કસ જ છે પરંતુ કોણ છે એ મને પણ ખબર નથી." આકાશની આંખ સાથે નીડરતાથી નજર મેળવી નેહા બોલી. "હા, આજના સાયન્સ એઇજમાં મા બનવા કોઈ પુરુષનું પડખું સેવવું જરૂરી પણ નથી. આઇ ડિડ નોટ સ્લિપ વીથ એનીવન. ધીસ ઇસ એ રિઝલ્ટ ઓફ આર્ટિફિશિયલ ઇન્સેમિનેશન. કૃત્રિમ વિર્યદાન! સ્પર્મ બૅંકમાંથી મેં સ્પર્મ મેળવ્યું - જેનો હાઇ આઇ ક્યુ હોય એવા હેલ્ધી હૅન્ડસમ ગુડ લુકિંગ હિન્દુ ઇન્ડિયન ડોનરનું! આ ત્રણ-ચાર મહિના તને તડપાવવા બદલ આઇ એમ સોરી...! પણ મારે તારા મોઢેથી વાત સાંભળવી હતી પણ તું શાનો બોલે...! તું કેવી રીતે તારા જખમ બતાવે કે જે તેં ખુદને પહોંચાડ્યા છે.... મને તારી દયા આવે છે આકાશ..! એક નારીને ઓળખવામાં તું થાપ ખાય ગયો. નારીને ઓળખવા માટે તો તું સો જન્મો લે તો પણ એના અમર પ્રેમને,

એની ભીની ભીની લાગણીઓને જાણી ન શકે! માણી ન શકે! નારીના નારિત્વને પામી ન શકે. અનુભવી ન શકે...! અને દરેક સ્ત્રી એક માતા છે! સ્ત્રીત્વ કરતાં માતૃત્વ મહાન છે. માનો પ્રેમ તો મહાન જ છે. માનો પ્રેમ તો કદી ન બુઝાતા દીવાની એક જ્યોત જેવો છે. એક જ્યોતમાંથી બીજી જ્યોત સળગાવો તો પહેલી જ્યોતનો પ્રકાશ રતીભાર પણ ઓછો નથી થતો. જરાય નથી ઘટતો. માનો પ્રેમ એ માનો પ્રેમ જ રહે છે! પછી એ સગી હોય કે સાવકી...! મેં વિધીને મારા સગાં બાળક જેટલો જ પ્રેમ આપ્યો છે. એ તો તું પણ જાણે છે. એ તો વિધીનો પ્રેમ જ આજ સુધી અહીં રાખવા માટે કારણભૂત છે. મેં જેટલો પ્રેમ વિધીને આપ્યો છે એટલો પ્રેમ તો હું મારા આ આવનારા બાળકને પણ આપી શકીશ કે કેમ એનો મને શક છે!” નેહાનો અવાજ ફરી ભીંજાયો. એની આંખના સરોવરો ફરી છલકાયા, “એ જ રીતે મને વિશ્વાસ નથી તારા પર! અને કેવી રીતે કરું વિશ્વાસ તારા પર? તું જ મને કહે.” નેહાએ આકાશની નજર સાથે નજર મેળવવાનો પ્રયત્ન કર્યો પણ આકાશના ગુનાહિત માનસે નજર ન મેળવી. “ના, આકાશ, ના. મારે મારું બાળક તારા પર નથી ઠોકવું. બળજબરીથી મારા બાળકનો બાપ નથી બનાવવો તને..!” શ્વાસ લઈ નેહા ફરી બોલી, “મારે તારા પૈસા પણ નથી જોઈતા. હા, જ્યારથી મને ખબર પડી તારી સર્જરીની ત્યારથી મેં મારી સેલેરી આપણા જોઈન્ટ એકાઉન્ટમાં ડિપોઝિટ નથી કરાવી. જમા નથી કરાવી. એ તારી જાણ ખાતર બાકી બધા પૈસા તારા જ છે. કાર તારી છે, ઘર તારું છે. તારો એક પણ પૈસો મારે ન જોઈએ. તારા પૈસા લઈને મારે તને તક નથી આપવી મારા બાળક માટે દાવો કરવાની. હા, વિધીને મેં એવી રીતે ઉછેરી છે કે એ પોતાને ધીરે ધીરે સંભાળી લેશે. કદાચ, તને પણ સંભાળી લેશે. સાચવી લેશે. હું વિધીને મિસ કરીશ!” ડૂસકે ડૂસકે ફરી રડી પડી. માંડ માંડ આંસુ ખાળી એ બોલી. “એ પણ મને મિસ તો કરશે જ!” પોતાના રુદન પર મક્કમતાથી કાબૂ મેળવી એ બોલી. “હું તને મુક્ત કરું છું આકાશ....! મારા બાળકથી! મારા પ્યારથી! જા આકાશ જા, યુ આર ફ્રી....!”

અને થોડા દિવસો બાદ નેહાએ ઘર છોડ્યું આકાશનું. આવી પહોંચી બ્રિજવોટરના આ બે બેડરૂમના કોન્ડોમિનિયમમાં. જિંદગીના એક નવા જ મુકામ પર.

જિંદગીમાં એવાં પણ મુકામ આવશે.
કોણ જાણે કોણ ક્યારે કામ આવશે.

સોફા પર જ આંખ મળી ગઈ હતી નેહાની. એ ઊભી થઈ. ના, પોતે જ પોતાના તારણહાર બનવાનું છે...! પોતે જ મા બનવાનું છે. ને પોતે જ બાપ બનવાનું છે. રેફ્રિજરેટરમાં રાખેલ ગેલનમાંથી દૂધ કાઢી એણે દૂધનો ગ્લાસ ભરીયો. મોઢે માંડ્યો. કેબિનેટમાંથી મલ્ટિવાઇટામિન્સ, ફોલિક એસિડ, કેલ્શિયમની પિલ્સ કાઢી ગળી. પોતાનાં પેટ પર જમણા હાથની હથેળી પ્રેમથી પસવારી એ બોલી: "ડોન્ટ વરી માય ચાઇલ્ડ, યોર મધર ઇસ વેરી સ્ટ્રોંગ!"

• 70 •

ફોન લઈ ઇન્ડિયા ફોન લગાવી પોતાના મા-બાપ સાથે વાતો કરવાની શરૂઆત કરી. તેઓને કોઈને કંઈ પણ ખબર નહોતી કે કેવાં કેવાં સંજોગોમાંથી એની જિંદગી પસાર થઈ રહી હતી. એ કોઈને જાણ કરવા માંગતી પણ નહોતી! બસ, મનને હળવું કરવા એણે ફોન જોડ્યો. લાંબી લાંબી વાતો કરીને એ નિદ્રાધીન થઈ. એના ગર્ભજળમાં આકાર લઈ રહેલ બાળકનો વિચાર કરતાં કરતાં....

6
થેન્ક યુ ડોક્ટર

ડૉ. મમતા દેસાઈએ વેનેશિયન બ્લાઈન્ડ્સ સહેજ ખસેડી બારીની બહાર નજર કરી. પીંજારો જાણે આકાશમાં બેસી રૂ પીંજી રહ્યો હોય એમ આકાશમાંથી પીંજાયેલ રૂ જેવો સ્નો સતત વરસી રહ્યો હતો. સેન્ટ મેરી હોસ્પિટલના ચોથા માળેથી ડૉ. મમતાએ પાર્કિંગ લૉટમાં એક નજર કરી. સફેદ ચાદર છવાય ગઈ હતી એ લૉટમાં પાર્ક કરેલ દરેક કાર પર, સડક પર બસ સફેદીનું સામ્રાજ્ય.

આ વરસે વિન્ટર બહુ આકારો જવાનો. ડૉ. મમતાએ વિચાર્યું. હજુ તો જાન્યુઆરીની શરૂઆત જ થઈ ને આ સ્નો...! આટલો સ્નો...? પહેલાં જ બ્લિઝાર્ડમાં ત્રીસ વરસનો રેકર્ડ તૂટી જવાનો. મોટા ભાગના રસ્તાઓ બંધ થઈ ગયા હતાં. એરપોર્ટ તો બંધ જ હતાં. ગવર્નર કોઝાઈને સ્ટેટ ઑફ ઇમર્જન્સી ડિક્લેર કરી દીધી હતી. હજુ બીજા બારેક કલાક સુધી આવી જ પરિસ્થિતિ રહેવાની હતી. વાઈબ્રેટર પર મૂકેલ એનો સેલ ફોન સહેજ ધ્રૂજ્યો. ડૉ. મમતાએ સ્ક્રીન પર નજર કરી.

આઇ ન્યુ ઈટ, બડડી એમણે ફોનમાં કહ્યું, 'આઈ ન્યુ ઈટ.' સામે એને રિલિવ કરવા આવનાર ડૉ. રિબેકા હતી, 'હે...ડૉક! વ્હોટ કેન આઈ ડુ? આઈ એમ સોરી ડિયર! ધ રોડસ્ આર ક્લોઝ્ડ.' રિબેકા ફિલાડેલ્ફીયાથી આવતી હતી. સ્નોને કારણે આજે એ પણ આવી શકવાની નહોતી.

ઓહ ગોડ, હવે આજે પણ ડબલ શિફ્ટ કરવી પડશે. અઠ્ઠાવીસ વરસની ડૉ. મમતા સેન્ટ મેરી હોસ્પિટલમાં ગાયનેક તરીકે સેવા બજાવતી હતી. આ હોસ્પિટલમાં જ એણે રેસિડન્સી કરી હતી અને ગ્રેજ્યુએશન બાદ આસિસ્ટન્ટ ગાયનેક તરીકે નોકરી મળતા એમણે એ તક લઈ લીધી હતી. આજે હોસ્પિટલમાં અન્ય સ્ટાફની સંખ્યા પણ ઓછી હતી. ગાયનેક વૉર્ડમાં પણ એક જ નર્સ આવી હતી. એ તો સારું હતું કે આજે કોઈ ખાસ ઇમર્જન્સી ઊભી થઈ

નહોતી. એના રૂમમાંથી બહાર આવી વૉર્ડમાં એણે એક આંટો માર્યો. આજે ત્રણ ડિલિવરી થઈ હતી અને કોઈ કૉમ્પલિકેશન ઊભા થયા નહોતાં. ત્રણમાંથી એક સિંગલ મધર હતી. એના બૉયફ્રેન્ડે એમને દગો દીધો હતો. આ અમેરિકન કલ્ચર પણ ખરું છે...! કુંવારી માતાઓની તો કોઈ જ નવાઈ નથી રહી અહીં. આજ સુધીમાં એવા તો કેટલાય કેસ એણે જોયા હતાં.

જોજે, આ દેશનું આર્થિક દેવાળું તો ફૂંકાય ગયું છે. એક દિવસ અહીં લાગણીઓનું પણ લિલામ થઈ જશે. લાગણીઓની, માયાની, ફિલીંગ્સની અહીં કોઈ કિંમત રહેશે નહીં. ડૉ. મમતાને એના પિતા મહેશભાઈના શબ્દો યાદ આવી ગયા.

લેટ્સ ટૉક ટુ ડેડ વિચારી કાંડા ઘડિયાળમાં નજર કરી એમણે ફોન જોડ્યો, 'હાઈ ડેડ...! વ્હોટ યુ ડુઈંગ...?'

'હાઈ સની...!' એના પિતા એને સની કહીને જ બોલાવતા.

મમતા એમનું એકનું એક સંતાન હતી. હસીને એમણે મમતાને પૂછ્યું, 'ગેસ...! વોટ એમ આઈ ડુઈંગ?'

'ડ્રિન્કીંગ ટી?' મમતાએ ધાર્યું.

'રોંગ...!' હસીને મહેશભાઈએ કહ્યું, 'આઈ એમ સોવલિંગ ધ સ્નો...! સફેદ કાદવ સાફ કરું છું!' મહેશભાઈ સ્નોને સફેદ કાદવ કહેતા, 'ગોરિયાઓના દેશમાં કાદવ પણ સફેદ જ હોયને...!'

'ડેડ, આજે મારે સ્ટ્રેઈટ ડબલ કરવી પડશે. પેલી ડૉ. રિબેકાનો ફોન આવ્યો હતો.'

'ધેટ્સ લાઈફ, સની. અમેરિકન લાઈફ...!' હસીને તેઓ બોલ્યા, 'આમ પણ આજે તને ડ્રાઈવ કરી ત્યાં ક્લિફ્ટનથી એડિસન આવવામાં પણ ચાર-પાંચ કલાક તો થઈ જશે. પાર્કવે પર જ ચાર એક્સિડંટ થયેલ છે. ઓલમોસ્ટ બંધ છે. તું તો સવારે સવારે નીકળી ગયેલ એટલે સારું બાકી હવે તો ડ્રાઈવ કરવું બહુ જ રિસ્કી છે. યુ ટેઈક ઈટ ઈઝી..! બ્રેક લેજે...! ડિડ યુ ઈટ સમથિંગ...?'

'આઈ વિલ, ડેડ...!' હસીને મમતા બોલી, 'મૉમ તો આજે તમારા ફેવરિટ કાંદાના ભજિયા ખવડાવશે તમને બરાબરને?'

'અફકોર્સ...! યુ ગોના મિસ ધ ભજિયા...!' હસીને મહેશભાઈએ કહ્યું.

'ડેડ...! ડુ નોટ સોવલ ટુ મચ...! ટેઇક અ બ્રેક...!'
'ઓકે, ડૉક્ટર...! યુ ઓલ્સો ટેઇક રેસ્ટ. આઈ લવ યુ સની...!'

'મી ટુ...! ડેડ ટેઇક કેર...!' કહી મમતાએ ફોન ડિસકનેક્ટ કરીયો. રૂમમાંથી બહાર આવી સેન્ટ્રલ નર્સિંગ સેન્ટર પર આવી જોયું તો નર્સ માર્થા ડેસ્ક પર માથું રાખી આંખો બંધ કરી આરામ કરી રહી હતી. એ નિહાળી એના હોઠો મરકી ગયા. માર્થા કાબેલ નર્સ હતી. એણે પણ આજે સ્ટ્રેઇટ બીજી શિફ્ટ કરવી પડી. બિચારી માર્થા! આખા વૉર્ડમાં આજે એ બે જ જણ હતાં અને આ કોડ ચલો ઇમર્જન્સી...!

'માર્થા...!' મમતાએ પ્રેમથી માર્થાના કપાળ પર હાથ ફેરવ્યો.

'સોરી ડૉક્ટર...!' જરા ઝબકીને માર્થા બોલી. પચાસેક વરસની માર્થા અનુભવી નર્સ હતી. સવારથી એ એક જ વૉર્ડમાં દોડધામ કરતી રહી હતી. ઘડાયેલી હતી. પરિસ્થિતિને સમજતી હતી.

'એવરીથિંગ ઇસ ઓકે...! યુ રિલેક્સ...!' માર્થાની સામે ખુરશી પર ગોઠવાતા મમતા બોલી.

'ડૉક...! ધિસ બ્લિઝાર્ડ ઈસ વેરી વર્સ્ટ...!' કહીને માર્થા ઊભી થઈ, 'આઇ વિલ ટેઇક અ રાઉન્ડ. જસ્ટ ચેક અપ. ફોરઓટુ વૉઝ કમ્પ્લેઇનિંગ ફોર પેઇન. આઇ હેવ ગિવન હર ટાઈલેનોલ.'

'પ્લીઝ, લેટ મિ નો એનિથિંગ રૉંગ.'

'યા...'

ડૉ. મમતાએ કેસ પેપરોનું ક્લિપ બોર્ડ હાથમાં લઈ વિગતો જોવા માંડી. ફોરઓટુને એક દિવસ પહેલાં જ સી-સેક્સન કરેલ અને એને થોડું ઇનફેક્સન થયેલ હતું ને સહેજ ટેમ્પરેચર રહેતું હતું. એન્ટિબાયોટિક્સ ચાલુ જ હતી. એનું બાળક પણ સહેજ અન્ડરવેઇટ હતું. આમે ય સ્પેનિશ વિમન કમ્પ્લેઇન કરવામાં કાબેલ હોય છે. જરાય સહનશક્તિ નથી હોતી તેઓમાં.

રાત્રિના સાડા નવ થવા આવ્યાં હતાં. એક પાવર નેપ લેવાનો વિચાર આવીને સમી ગયો ડૉ. મમતાના મનમાં. કોફી મશીન પાસે જઈ ડાર્ક-સ્ટ્રૉંગ કોફીના બે ગ્લાસ બનાવ્યા. એક ઘૂંટ લઈ બીજો ગ્લાસ માર્થાને આપ્યો.

'થેન્ક્સ...!'

'યુ વેલકમ...' સ્મિત કરી મમતાએ માર્થાને પૂછ્યું, 'તારી ડૉટર કેમ છે?'

'શી ઇસ ફાઇન...! હવે તો એના ક્લિનિકલ્સના લેક્ચર શરૂ થઈ ગયા, 'શી વોન્ટ ટુ બી એ વિઝિટિંગ નર્સ.'

'ઘેટ્સ ગ્રેઇટ...!' એટલામાં જ ઇન્ટરકોમની રિંગ વાગતા મમતાએ રિસીવર ઊચકી કહ્યું, 'ડૉ. મમતા હિયર...!

'.........' રિસીવર ક્રેડલ પર મૂકી મમતાએ ઊંડો શ્વાસ લઈ માર્થાને કહ્યું, 'ગેટ રેડી...! વિ આર ગેટિંગ પેશન્ટ. ઇમર્જન્સીમાંથી કૉલ હતો. કોઈ ડ્રગિસ્ટ લેડી અન્ડર ઇન્ફ્લુઅન્સ છે. બટ શી ઇસ ઓલ્સો કેરિંગ એન્ડ મે બી ડિલીવર એનીટાઇમ એટલે અહીં ટ્રાન્સફર કરે છે. વેરી ઑકવર્ડ કેઇસ...!'

લિફ્ટ ચોથા માળે આવીને અટકી. અંદરથી હોસ્પિટલ બેડ બહાર સરકાવતો વૉર્ડબૉય બહાર આવ્યો. એણે માર્થાને પૂછ્યું, 'વ્હેર ડુ યુ વોન્ટ?'

'પુટ હર ઈન ઍક્ઝામિનેશન રૂમ.' માર્થાએ વૉર્ડબૉયને બેડ ખસેડવામાં મદદ કરતાં સહેજ મોઢું મચકોડી કહ્યું, 'હાઉ ડીડ શી ગેટ ઇન?'

'કૉપ...! પોલીસ બ્રોટ હર...'

ડૉ. મમતા ઍક્ઝામિનેશન રૂમમાં દાખલ થઈ. પેશન્ટ પર નજર પડતા જ એ ચમકી. પોતાના હાવભાવ પર ત્વરિત કાબૂ મેળવી એણે પેલી સ્ત્રીના ધબકારા સાંભળવા સ્ટેથોસ્કૉપ એની ઊંચી નીચી થતી છાતી પર મૂકી ધબકારા ગણવાની શરૂઆત કરી. ધબકારા બહુ અનિયમિત હતાં. ચિંતાની એક લકીર મમતાના કપાળ પર ખેંચાય ગઈ, 'ચેક ધ પ્રેશર...!' એ જરા મોટા અવાજે બોલી. માર્થાએ પ્રેશર માપવા માંડ્યું. મમતાએ સ્ત્રીના ઊપસેલ પેટ પર સ્ટેથોસ્કૉપ મૂકી અંદર રહેલ બાળકના ધબકારા સાંભળ્યા. એ સાંભળી એને થોડી રાહત થઈ.

'લિવ મી અલોન...!' ડ્રગ્ઝના ઓવરડોઝના નશા હેઠળ પેલી સ્ત્રી ગમેતેમ લવારા કરતી હતી. એનાં હાથ પગ પછાડતી હતી. એનાં મોંમાંથી લાળના રેલા એનાં ગાલ પર રેલાતા હતા. એનો ચહેરો સાવ ફિક્કો પડી ગયો હતો. હોઠો ફાટી ગયા હતાં અને એનાં પર લોહીના ટશિયાં ફૂટી નીકળ્યાં હતાં.

'કામિની, પ્લિઝ, બિહેવ...!' પેલી સ્ત્રીના ગાલ થપથપાવતાં ડૉ. મમતાએ મોટેથી કહ્યું,

'કામિની...! યુ આર ઇન ધ હોસ્પિટલ...! યુ આર સેઈફ...!'

'ડુ યુ નો હર...?!' માર્થાને નવાઈ લાગી.

'યસ...! આઈ નો હર, વેરી વેલ...! શી ઇસ કામિની...! વન્સ અપોન અ ટાઈમ શી વોઝ માય ફ્રેન્ડ.' જાણે ભૂતકાળમાં નિહાળી બોલતી હોય એમ ડો. મમતા બોલી, 'માય ક્લોઝ ફ્રેન્ડ...!'

આવી વિષમ કટોકટીમાં પણ વરસો પહેલાની વાત ડો. મમતાને યાદ આવી ગઈ. ત્યારે એ અને કામિની હાઈસ્કૂલમાં સિનિયર યરમાં હતાં. ગોરિયા મિત્રો કામિનીને કમીની કહી બોલાવતા એટલે ખીજવવા મમતા પણ એને ક્યારેક કમીની કહેતી. બન્ને વચ્ચે ભારે બહેનપણાં...! ને એક દિવસ મમતા ચોંકી ગઈ હતી કામિનીને નિહાળીને...! એ સિગારેટ પી રહી હતી. એડિસન હાઈસ્કૂલની નજદીક એક સ્ટ્રીટ હતી. ત્યાં સ્કૂલના સમય દરમ્યાન અને ક્યારેક સમય બાદ તોફાની, માથાફરેલ વિદ્યાર્થીઓ ભેગાં થતાં એ ટોળામાં કામિનીને સિગારેટ ફૂંકતી જોઈ મમતાને આઘાત લાગ્યો હતો.

'કામિની, વ્હોટ યુ ડુઇન?' મમતાએ કામિનીને સમજાવતા કહ્યું, 'વિ આર હિયર ફ્રોમ ઇન્ડિયા નોટ ટુ સ્મોક સિગારેટ...! વિ આર ઇન્ડિયન...!'

'સો...વ્હોટ રોન્ગ ઇન સ્મોકિંગ...? ઇટ ઇસ રિલેક્સિંગ...! ઇટ ઇસ ફુલ...!'

'યુ ફુલ...!' ગુસ્સે થઈ જતા મમતા બોલી, 'ઇટ ઇસ નોટ ફુલ...! કામિની..! પ્લીઝ, તું સમજવાની કોશિશ કર. તારી સામે ઉજ્જ્વળ ભવિષ્ય છે. યુ આર ગુડ ઇન સ્કૂલ!'

'આઇ નો.. !' હસીને કામિની બોલી, 'બટ નોબડી લવ્ઝ મી!' સહેજ અચકાયને એ બોલી, ' યુ નો. માય પૅરન્ટ હેઇટ્સ મી.. ! ધે વોન્ટેડ અ સન એન્ડ આઇ બોર્ન- એ ગર્લ!' એની આંખો સહેજ ભીની થઈ આવી, 'મારા માટે ઘરમાં કોઈ સ્થાન નથી. માય ડેડ.....'અટકીને એણે એક ધૂસકું મૂક્યું.

'ઓ... ડિયર...!' મમતાએ એનાં આંસુ લૂંછતાં કહ્યું, 'તારે એ પુરવાર કરવાનું છે કે તું છોકરી થઈ તો શું થયું? અહીં અમેરિકામાં સિકસ્ટી પરસન્ટ વુમન કામ કરે છે અને તેઓ મેન કરતાં વધુ કમાય છે. 30 પરસ્ન્ટ વુમન આર મેકિંગ મોર મની ધેન મેન ઇન યુએસ. વુમન આર સ્માર્ટર ધેન મેન ! તું જો આવું કરશે તો પછી એ કેમ ચાલે..? આવા ફ્રેન્ડની ફ્રેન્ડશીપ છોડી દે. તેઓના જીવનનું કોઈ ધ્યેય હોતું નથી. તું હોશિયાર છે. સ્માર્ટ છે. પ્લીઝ, ક્વિટ ધીસ ટાઈપ કમ્પની..!'

'બટ ધેર પૅરન્ટ લવ્ઝ ધેમ!' કામિનીએ દલીલ કરી, 'જ્યારે મારા પૅરન્ટ...'

દિવસે દિવસે કામિનીના મનમાં એનાં સગા મા-બાપ માટે તિરસ્કારના થોર પાંગરતાં જ રહ્યાં. ડોલર પાછળ દોડતા એના માબાપને દીકરીની લાગણીની ભૂખની સમજ ન પડી. એની મા બે વાર સગર્ભા થઈ પણ બન્ને વખતે ભૂણ પરીક્ષણમાં દીકરીની ઓળખ થતાં એમણે ગર્ભપાત કરાવી દીધો. કામિની સમજતી હતી. કામિનીએ જ્યારે એ જાણ્યું ત્યારે એ એના મા-બાપને ધિક્કારવા જ લાગી. એનાં માબાપની પુત્ર એષણાની તીવ્ર ઇચ્છાએ એકની એક પુત્રીને એક દિવસ ખોઈ દીધી.

કામિનીના પપ્પાનો ફોન આવ્યો મમતા પર, 'કામિની ક્યાં છે? ગઈ કાલે એ ઘરે નથી આવી! અમે બધે તપાસ કરી. કદાચ તને કંઈક જાણ હોય તો...!'

મમતા અવાક થઈ ગઈ. એને કંઈ જાણ નહોતી. એને અંદર અંદર થતું હતું કે એક દિવસ કામિની ગૃહત્યાગ કરશે જ. પણ આટલું જલદી કરશે એવી એને આશા નહોતી 'અરે! હમણાં હમણાં તો એ ખૂબ ખુશ રહેતી હતી!' પણ એ ખુશી પાછળ એક તરસ છુપાઈ હતી. હૂંફની.. પ્રેમની.. પ્યારની પ્યાસ! મમતાએ એના મિત્રવર્તુળમાં તપાસ કરી. કામિનીએ મિડલક્લાસ કાઉન્ટી કૉલેજમાં ઍડ્મિશન લીધું હતું જ્યારે મમતાએ રટગર્સ યુનિવર્સિટીમાં! એમ તો કામિનીએ પણ રટગર્સ યુનિવર્સિટીમાં જ ભણવું હતું પરંતુ એનાં પપ્પાએ રટગર્સની ફી ભરવા માટે પોતાની તૈયારી ન બતાવી અને કામિનીએ કાઉન્ટી કૉલેજમાં જવું પડ્યું. ત્યારે કામિનીએ કહ્યું, 'યુ સી મમતા, ઈફ આઈ વોઝ ધેર સન. આઇ કુડ ગેટ ઈન રટગર્સ બટ આઈ એમ નોટ સન. આઈ એમ ધેર ડેમ ડોટર..!'

કેટલાય દિવસો સુધી કામિનીની કોઈ ભાળ ન મળી. મમતાએ એને ઘણી ઇમેઈલ પણ કરી. કદાચ, કોઈ જવાબ આપે...! પણ એનો કોઈ રિપ્લાઈ ન આવ્યો. લગભગ દોઢેક વરસ પછી સાવ અચાનક કામિની એક દિવસ મળી ગઈ એને ગાર્ડન સ્ટેટ મોલ પર. મોલના પ્રવેશદ્વાર પાસે એનાં કહેવાતાં મિત્રો સાથે એ બેઠી હતી. એ સાવ બદલાય ગઈ હતી. લાલ રંગે એણે એનાં કેશ રંગ્યાં હતાં. હાથો પર ઘણાં બધાં છૂંદણાં છૂંદાવ્યાં હતાં. કાનમાં જાત જાતના કુંડળો અને હાથમાં સિગારેટ. પહેલાં તો મમતા એને ઓળખી જ ન શકી.

'હાય... ! કામુ... ઉ..ઉ..? કામિની...?' મમતાએ એનાં આશ્ચર્યના ભાવો માંડ સંતાડતા કહ્યું, 'આઈ ડીડ નોટ રેક્ગ્નાઈઝ યુ..! હાઉ યુ ડુઇન..?'

'ઓ.. મમ્મુ..ઉ..ઉ..! મ.મ..તા..!' કામિની દોડીને મમતાને પ્રેમથી ભેટી પડી, 'આઈ એમ ફાઇન..! હાઉ એબાઉટ યુ? તારી સ્ટડી કેમ છે..?'

'સરસ...! તું ક્યાં ગુમ થઈ ગયેલી?'

'ઈટ્સ એ લોન્ગ સ્ટોરી...!' સિગારેટનો છેલ્લો દમ મારી રસ્તા પર ફેંકી એના ઠૂંઠાને પગ વડે કચડતાં એ બોલી, 'વી વિલ સીટ ડાઉન સમ ડે..!' સિગારેટના એ ઠૂંઠાની સાથે જાણે એણે પોતાનો ગુસ્સો પણ કચડ્યો!

મમતા એનાં ભાવશૂન્ય ચહેરાને જોતી જ રહી. ક્યારેક ક્યારેક આમ જ એની ઊડતી મુલાકાત થઈ જતી કામિની સાથે. કામિનીના મા-બાપે પણ પોતાની પુત્રીના નામનું નાહી નાખ્યું હતું. ક્યારેક ક્યારેક મમતાને એની યાદ આવી જતી. અને આજે એ કામિની એની સામે હોસ્પિટલના બેડ પર પડી હતી સાવ બેહાલ...! પ્રેગ્નન્ટ...! ટોક્સિકેટેડ..! માર્થાએ મથીને કામિનીને હોસ્પિટલના પેશન્ટ માટેનો ગાઉન પહેરાવી દીધો હતો. ઓક્સિજન આપવાનું શરૂ કરી સેલાઈન ડ્રિપ ચાલુ કરી દીધી હતી. એણે બ્લડ સેમ્પલ લેબમાં મોકલાવેલ રિપોર્ટ આવી ગયો એ એણે ડો. મમતાને આપ્યો.

'હમ્મ !' કામિનીનો બ્લડ રિપોર્ટ જોતાં મમતાના ભવાં તણાયાં. હિમોગ્લોબિન ઘણું જ ઓછું હતું. એણે જે નશો કરેલ એનાં અંશો ઘણાં વધારે પડતાં હતાં. જે ઘણાં જ જોખમી હતાં. ન જાણે નશા માટે એણે શું લીધું હશે? એ કારણે એના બ્લડ પ્રેસરમાં ભારે ફેરફારો થઈ રહ્યાં હતાં. હ્રદયના ધબકારા પણ સાવ અનિયમિત હતાં. એન્ટિડોટનો મોટો ડોઝ સલાઈન સાથે આપવા માટે એણે માર્થાને કહ્યું. મમતા એ બ્લડ રિપોર્ટ ફરી જોયો. એને એક મોટી રાહત એ થઈ કે કામિનીને એઇડ્સ નહોતો! આ વાતની એને નવાઈ પણ થઈ! અરે! એસટીડી ટેસ્ટ પણ નીલ હતો. સ્ટેથોસ્કોપથી એ સતત કામિનીના ધબકારા સાંભળી રહી હતી. મોનિટર પર એને જાણે વિશ્વાસ નહોતો કે પછી એ એની સખીથી અલગ થવા માંગતી નહોતી. જાણે કામિનીની હ્રદયની વાત સીધેસીધી સાંભળવી હતી એણે એનાં અનિયમિત ધબકતા હ્રદયમાંથી...!

સલાઈન સાથે દવા લોહીમાં ભળવાથી કે પછી કોઈ અન્ય કારણ હોય પણ કામિનીના ધમપછાડા ઓછાં થઈ ગયા. ક્યારેક આંખો ખોલી એ ચકળવકળ જોતી અને થાકીને પાછી આંખો બંધ કરી જતી. મમતા કામિનીના માથા પાસે પલંગ પર બેસી એનાં કપાળ પર સ્નેહથી હાથ પસવારવા લાગી. કામિનીની હાલત નિહાળી એની આંખ ભીની થઈ ગઈ. કામિનીએ હળવેકથી આંખો ખોલી! એક અજીબ શૂન્યાવકાશ તરતો હતો એની ઊડી ઊતરી ગયેલ આંખોમાં. અગમમાં નિહાળતાં ધીરેથી હોઠ ફફડાવી એ બોલી, 'આઇ ડોન્ટ વોન્ટ ટુ ડાઈ...!' એનો અવાજ એટલો ધીમો હતો કે શબ્દો પકડવામાં તકલીફ પડતી હતી.

'એવરીથિંગ વીલ બી ઓકે...' મમતાએ એની હથેળી થપથપાવતાં કહ્યું.

માર્થા હોસ્પિટલની વિંગ્સમાં આંટો મારવા ગઈ.

'કામુ...! કામિની...!' મમતાએ આંખ બંધ કરી ગયેલ કામિનીના કાનમાં ધીમેથી કહ્યું, 'હું તારી ફ્રેન્ડ. મમતા..! ડુ યુ રિમેમ્બર..? મમતા?'

સહેજ આંખો ખોલી કામિનીએ મમતા તરફ એક નજર કરી. એની અર્ધ ખૂલી આંખોનો નરીયો ખાલીપો મમતાને ડરાવી ગયો. કામિનીના હોઠો ફફડતા હતાં. પણ એમાંથી અવાજ નીકળતો નહોતો. મમતાએ ચમચી વડે એને પાણી પાયું.

'પપ્પા...!' એક ઊંડો શ્વાસ લઈ કામિની બોલી, 'આઈ લવ યુ... પપ્પા...!'

ચોંકી ગઈ મમતા. આ છોકરી એના પપ્પાને કેટલું ચાહતી હતી, કેટલું ચાહે છે! ઓ પ્રભુ...!

'કામિની હૂ ઈસ ફાધર ઑફ યોર ચાઈલ્ડ?' સહેજ વિચારી મમતાએ પૂછ્યું, 'તારા આ બાળકનો પિતા કોણ છે?'

સવાલ સાંભળી કામિની સહેજ છટપટી. એના શ્વાસોશ્વાસ થોડા તેજ થયા.

'પ્લીઝ ટેલ મી...! મને કહે કોણ છે તારા આ બાળકનો પિતા?' મમતાએ ફરી એને પૂછ્યું, 'એ ક્યાં રહે છે?'

'એ એનું નામ ધરમેશ પટેલ છે...! ધરમ...!' કામિની હાંફી ગઈ, 'હિ કિક્ડ મી આઉટ...! હિ ડમ્પ્ડ મી...!' કામિની આંખો બંધ કરી ગઈ. જાણે એની શક્તિ સાવ નિચોવાય ન ગઈ હોય..!

તો શું કોઈ દેશી સાથે... પટેલ સાથે એ રહેતી હતી? મમતાએ વિચાર્યું. એણે એને કેમ છોડી દીધી હશે? કદાચ, એને બાળક ન જોઈતું હોય. કોણ હશે આ ધરમેશ પટેલ? ક્યાં શોધવો એને?

મોનિટર પર વધઘટ થતાં બ્લડ પ્રેસરના આંકડાઓ એ જોઈ રહી. એક ડ્રીપ પુરી થવા આવી એટલે એણે બીજી ડ્રીપ ચાલુ કરી અને થોડી ઝડપ વધારી. એક વાર બ્લડ પ્રેસર કન્ટ્રોલમાં આવે તો રિસેક્સન કરી શકાય. એને એકદમ યાદ આવ્યું કે, એ અને માર્થા એકલા જ હતાં. એવા સંજોગોમાં સર્જરી કરવી અને એ પણ લગભગ મરવા પડેલ કામિનીની.

ઓહ...! વ્હોટ શુલ્ડ આઈ ડુ? વ્હોટ કેન આઈ ડુ? એને ચિંતા થઈ આવી. આવા સંજોગોની તો કલ્પના જ ન કરી હતી કદી એણે.

રાત્રિના સાડા અગિયાર વાગવા આવ્યાં હતાં. ડો. મમતાએ બીજા વિભાગોને ફોન જોડવા માંડ્યાં. ક્યાંક કોઈ ડોક્ટર મળે તો એને બોલાવી લેવાય. કોઈ સર્જક મળી જાય તો હેલ્પ માટે બોલાવી લેવાય. એમ તો એણે ઘણી સિસેક્સન સર્જરી કરી હતી. પણ ત્યારે કોઈને કોઈ બીજી મદદ મળી રહેતી હોય, સાથે બીજા ડોક્ટરો પણ હોય અને પેશન્ટની હાલત પણ સારી હોય. કામિની પાસેથી ખસવાનું મમતાનું મન થતું નહોતું. લોબીમાંથી કોઈ સ્ત્રીના અવાજો આવવા લાગતા એ ઝડપથી લગભગ દોડીને બહાર આવી. માર્થા અને ઈએમએસનો સ્ટાફ અન્ય એક સ્ત્રીને પલંગ પર લાવી રહ્યા હતા "ઓહ...! આ વળી બીજો કેસ...! એ પેલી સ્ત્રી પાસે ગઈ અને ચોંકી ગઈ. અરે... આ તો મધુ...! એનું જ પેશન્ટ...!

'વ્હોટ હેપન્ડ મધુબેન?' બેડને લેબર રૂમમાં લાવવામાં મદદ કરતાં એણે પૂછ્યું, 'હજુ તો તમારે વાર છે.' પલંગ પર મૂકેલ ફાઈલના કાગળો જોતાં ડો. મમતા બોલી, ' યુ આર ડ્યુ ઓન થર્ટી ને આજે તો હજુ બીજી તારીખ થઈ...!'

'ઓ.. ડૉક્ટર તમે છો..?' પીડાથી કણસતા માંડ માંડ મધુએ કહ્યું, 'હું પડી ગઈ...!'

'ઓહ...! કેમ કરતા?'

'પ્લીઝ ...!' મધુએ મમતાનો હાથ પકડી કરગરતા કહ્યું, 'પ્લીઝ મને બચાવી લો. મારા બાળકને કંઈ ન થવું જોઈએ...!' મધુ રડી પડી.

'હિંમત રાખો..! તમને મેં કમ્પ્લીટ રેસ્ટ લેવાનું કહેલને?' મમતાએ મધુને સમજાવતા કહ્યું, 'કહો મને, શું થયું?'

રડતા રડતા મધુ બોલી, 'હું ગાર્બેજ નાખવા બહાર ગઈ તે પગથિયાં ઊતરતા સ્લિપ થઈ ગઈ...!'

'હવે રડો નહીં!' સહેજ મોટા અવાજે મમતા બોલી, 'ક્યાં દુ:ખે છે? કેવી રીતે પડ્યા? આઈ મિન પીઠ પર કે પેટ પર..! આગળ કે પાછળ..?' મમતાએ મધુની નાડીના ધબકારા ગણતા પૂછ્યું, 'માર્થા ગેટ હેલ્પ ફ્રોમ અધર ડિપાર્ટમેન્ટ..! વિ નીડ ટુ ઓપરેટ એએસપીએસ...એટલિસ્ટ એનેસ્થેસિયન.' માર્થા બહાર દોડી ગઈ.

મધુના ઊપસેલ પેટ પર સ્ટેથોસ્કોપ મૂકી મમતા એના ગર્ભમાંના બાળકના ધબકારા

ગણવાનો પ્રયત્ન કરવા લાગી.

મધુ હજુ કલ્પાંત કરી હતી.
'મધુબેન, પ્લીઝ ક્વાઈટ...પ્લીઝ...!'
મધુ એકદમ ચુપ થઈ ગઈ.
'વ્હેર ઇસ યોર હસબન્ડ?' મમતાએ સાવ અચાનક પૂછ્યું.
'એ તો એલ.એ ગયા છે. આજની ફ્લાઇટ હતી પણ સ્નોને કારણે કેન્સલ થઈ.'
'ઓહ...! તમે કેટલા વાગે પડી ગયા હતાં?'

'આઠ વાગે. મેં તરત જ નાઈન વન વનને રિંગ કરેલ પણ બિકોઝ ઑફ્ સ્નો. એમ્બ્યુલન્સ લેઇટ આવી. કેમ ડૉક્ટર? પ્લીઝ, મારા બાળકને બચાવી લો. એને જો કંઈ થયું તો હું તો મરી જ જઈશ..' ધ્રૂસકે ધ્રૂસકે મધુ રડવા લાગી.

'તમે આમ રડો નહીં અને ડરો નહીં. સિઝેરીયન કરવું પડશે. એવરીથિંગ વિલ બી ઓકે. બિ કરેજ્યસ એન્ડ કોઓપરેટ વિથ મી. આજે ડૉક્ટર ઓછા છે. પણ તમે ફિકર ન કરો.'

મમતા ઝડપથી વિચારવા લાગી. મધુનો કેસ એની પાસે જ હતો. મધુની આ ચોથી પ્રેગનન્સી હતી પણ બાળક પહેલું જ હતું! અગાઉ ત્રણેય વાર એને મિસ્કેરિજ થઈ ગયું હતું. ગર્ભાવસ્થાના ફર્સ્ટ ટ્રાઇમેસ્ટરમાં જ કોઈ અગમ્ય કારણોસર ત્રણ ત્રણ ગર્ભપાત થઈ ગયા હતાં. હવે પહેલી વાર જ આ ગર્ભાવસ્થા આટલી ટકી હતી. આ ગર્ભાવસ્થા બાદ ફરી વાર સગર્ભા થવાની અને એ ટકવાની તક ઓછી હતી.

'તમારી સાથે કોઈ ન આવ્યું?'
'કોણ આવે?' આક્રંદ માંડ રોકી મધુ બોલી, 'મારી સાસુમા તો ઘરડા છે. અબાઉટ સેવન્ટી..'

'ઓહ...!' મમતાને થયું કે આજનો દિવસ એની જિંદગીમાં યાદગાર થઈ જવાનો. એણે મધુનો ગાઉન ઊંચો કરી એનાં પેટની ત્વચા પર સ્ટેથોસ્કોપ મૂકી ફરી ધબકારા સાંભળવાના પ્રયત્નો કર્યા. એના આંખના ભવા તણાયા. એની ભ્રૂકુટિ તંગ થઈ ગઈ. મધુના ગર્ભજલમાં મૌન પડઘાતું હતું! એક એક પળ હવે કીમતી હતી. મધુની જિંદગીનો પણ હવે તો સવાલ ઊભો થઈ રહ્યો હતો. મધુનો પલંગ એણે ઝડપથી ઓપરેશન થિયેટર તરફથી ધકેલવા માંડ્યો. હેન્ગિગ લાઇટની નીચે બરાબર ગોઠવી એણે ઓપરેશનની તૈયારીઓ કરવા માંડી. મધુએ મોટે મોટેથી ગાયત્રી મંત્રો બોલવા માંડ્યા. એ ભગવાનનું નામ લેવા લાગી. એણે આંખો બંધ કરી દીધી. એ જ ત્વરાથી મમતા ફરી ઍક્ઝામિનેશન રૂમમાં આવી અને કામિનીનો પલંગ ધકેલી ઓપરેશન થિયેટરમાં લઇ આવી. કામિની તો જાણે ગાઢ નિદ્રાના પાલવ તળે સંતાય ગઈ હતી. મમતાએ ઓક્સિજનનો સપ્લાય ચેક કરી મધુના બન્ને નસકોરામાં એ સપ્લાય ટ્યૂબ ભેરવી. કામિની તો ઓક્સિજન પર જ હતી. ઓપરેશન

કરવા માટેની સર્વ તૈયારી થઈ ગઈ.

લગભગ દોડતી માર્થા ઓપરેશન થિયેટરમાં આવી, 'Good News... ડૉક્ટર મમતા! વિ વિલ ગેટ હેલ્પ ઑફ ડો. એંજલ, હિ ઈસ કમિંગ...!'

'ઓહ ગોડ...!' મમતાને રાહત થઈ. 'ડો. એંજલ ગરેરો... હી ઈસ રિયલ એંજલ ફોર અસ ટુડે...!'

સ્ટરીલાઇઝ્ડ ગાઉન પહેરી, હાથમાં ગ્લોઝ ચઢાવી સ્કૅલપલ સાથે મમતા અને માર્થા તૈયાર જ હતાં. ડો. એંજલ હસતા હસતા આવ્યાં, 'રિલેક્સ એવરીવન...! ધેર ઇસ નો ફિયર વ્હેન ડો. એંજલ ઇસ હિયર...!' સાંઠેક વરસના એ પાતળા ડૉક્ટર, ડૉક્ટર કરતા દેવદૂત વધારે લાગતાં હતાં, 'વ્હોટ ઇસ યોર નેઈમ હની?' મધુની પાસે જઈ એની આંખમાં આંખ પરોવી એમણે પૂછ્યું.

'મ...મ...ધુ...ઉ...!'

'ઓકે...મધુ...! ક્લોઝ યોર આઇઝ...યુ વિલ ગેટ અ ગુડ સ્લિપ...હિયર યુ ગો...!' કહી એમણે મધુને ઇન્ટ્રાવીનસ ઇન્જેક્શન આપી કહ્યું, 'ગો બેબી...!' અને મમતાને ઇશારો કરીયો, 'ઓલ યોર્સ...ડૉક્ટર...!'

ડો. મમતાની કુશળ આંગળીઓ ફરવા માંડી. થોડી જ પળોમાં તો મધુના પેટ પરના એ નાનકડાં ચીરામાંથી નવજાત બાળક મમતાનાં હાથમાં બહાર આવી ગયું. રક્ત સોસી લેવા માર્થાએ ઝડપથી કોટન પેડ મૂક્યા. નાળ કાપી મમતાએ બાળકની પીઠ થપથપાવી. મો વડે કૃત્રિમ શ્વાસોશ્વાસ આપવાના પ્રયાસો કર્યા. બાળકને રડાવવાના. ધબકતાં કરવાના સર્વ પ્રયાસ કર્યા. હાય રે... નસીબ...! માર્થાએ મધુના ધા સીવી લેવા માટે ટાંકાઓ મારવા માંડ્યા...!

'ઓ જીસસ...!' ડો. એંજલે નિશ્વાસ નાખ્યો. એ બાળકને રડતું કરવાના મમતાના પ્રયાસોને નકરી નિષ્ફળતા મળી...!

'કમોન... ક્રાય... ક્રાય... બેબી... ક્રાય...!' મમતા મોટેથી બોલી. પરંતુ, એ નરબાળનો આત્મા એ જન્મે એ પહેલાં જ એનું ખોળિયું છોડી ગયો હતો.

'ડૉક્ટર એંજલ...! વિ હેવ અનધર પેશન્ટ...! બટ હર કન્ડિશન ઇસ વેરી ફ્રૅજાઈલ...! વિ કેન ટેઈક ચાન્સ. શી ઇસ અન્ડર ઇન્ફલ્યુન્સ. હિયર ઇસ હર બ્લડ રિપોર્ટ.' મમતાએ ડો. એંજલને કામિનીનો બ્લડ રિપોર્ટ આપ્યો. ધેર આર ચાન્સીસ ટુ સેવ ચાઇલ્ડ.'

'ઓકે કમોન... વિ આર નોટ ગોડ બટ ગોડ ઇસ વિથ અસ.'

ડૉ. ઍંજલે કામિનીને એક નાનકડો ડોઝ આપ્યો ને મમતાને ઇશારો કરીયો. કામિનીએ કોઈ પ્રતિક્રિયા ન કરી. આમેય એ તો ગાઢ નિદ્રામાં જ હતી.

ફરી મમતાની કુશળ કરાંગુલિઓએ કરામત કરી. થોડી પળોમાં એક નવજાત શિશુ એનાં હાથમાં આવી ગયું. કામિનીએ ડચકાં લેવા માંડ્યાં. નાળિયો કાપી મમતાએ બાળકની પીઠ પર નાનકડાં ધબ્બા મારી એને રડાવવાના પ્રયત્નો કરવા માંડ્યા તો ડચકાં લઈ રહેલ કામિનીના બંધ પડી રહેલ હૃદયને ધબકતું કરવા માટે ડૉ. ઍંજલે પોતાના બન્ને હાથોથી કામિની છાતી પર હૃદય સ્થાને ચેસ્ટ કમ્પ્રેશન- ડિકમ્પ્રેશન કરવા માંડ્યું. બાળકે મોટેથી 'ઊ...ઊ...ઊ...વા..વા...' કર્યું ને લગભગ એ જ ક્ષણે કામિની સાથે જોડાયેલ મોનિટર પર એક સીધી રેખા ખેંચાય ગઈ. મૃત્યુરેખા.... કામિનીની મૃત્યુરેખા.... જાણે એ બાળકનો જન્મ આપવા માટે જ મોત સામે ઝઝૂમી રહી હતી.

'કામિની... કામુ...! યુ ગોટ ધ સન...!' કામિનીના મોતથી અજાણ એવી ડૉ. મમતાએ કામિનીના પુત્રને એણે કામિનીના ચહેરા સમક્ષ ધરીયો. કામિની ખૂલી રહી ગયેલ આંખો બંધ કરતાં ડૉ. ઍંજલે કહ્યું, 'આઈ એમ સોરી ડૉ. મમતા. શી ઇસ નો મોર...! આઇ ટ્રાઈડ...! મે ગોડ બ્લેસ હર સૉલ...!'

સાવ અવાક થઈ ગઈ મમતા...! થોડી જ પળોમાં મૃત્યુ દેવતાએ અજીબ ચાલ ચાલી હતી. જાણે સાવ યંત્રવત્ કોઈની દોરવાયેલ ચાલતી હોય એમ એણે કામિનીના પુત્રને મધુના પડખે પલંગ પાસે મૂક્યો અને મધુનો મૃત પુત્ર એણે કામિનીના નશ્વર દેહની બાજુમાં મૂકી દીધો. કોઈ કંઈ બોલ્યું નહીં. કોઈએ કંઈ કહ્યું નહીં. મમતાની પીઠ પસવારી એના કપાળે વાત્સલ્યભર્યું એક મધુરું ચુંબન કરી ડૉ. ઍંજલ હળવેકથી ઓપરેશન થિયેટરની બહાર નીકળી ગયા. માર્થાએ મધુને રિકવરી રૂમમાં ખસેડી. એને ધીરે ધીરે ભાન આવી રહ્યું હતું. એ ભાનમાં આવી. એણે સહેજ કણસીને ડૉ. મમતા તરફ પ્રશ્નાર્થ નજરે જોયું. મમતાએ એની ડોક હલાવી માર્થા તરફ ઇશારો કરીયો. આંખો નમાવી હકારમાં ગરદન હલાવી માર્થાએ અંદરના રૂમમાંથી સાફ કરી નવડાવેલ કામિનીના પુત્રને લઈ આવી મધુને આપ્યો, 'યોર સન...!'

મધુની આંખમાં હર્ષાશ્રુ ફૂટ્યાં. એના પલંગ પાસે સાવ નજદીક ઊભેલ મમતાના બન્ને હાથના પંજાઓ મધુએ પ્રેમથી પકડ્યાં, સહેજ દબાવ્યાં અને ભીના અવાજે કહ્યું, 'થૅન્ક યુ ડૉક્ટર...!'

7

સવા શેર માટી....

તૃષ્ણાએ એની નવી કાર 'ડિઝાયર'નું ગિયર બદલ્યું. 'ડિઝાયર' આવ્યાને ત્રણ જ દિવસ થયા હતાં. તિમિરનો આગ્રહ હતો કે તૃષ્ણાએ હવે 'ડિઝાયર'માં જ ફરવું. તિમિરને તો એની જૂની 'ઝેન' જ અનૂકુળ આવતી. તૃષ્ણાનો નિત્યક્રમ હતો સાંજે પાર્થ રિસોર્ટના સ્વિમીંગપુલમાં અડધો-પોણો કલાક સ્વિમીંગ કરવું. અને પછી રમીની થોડી બાજી કે ટેનિસના સેટ રમવા.

નવસારીના દૂધિયા તળાવના વળાંક પાસે તૃષ્ણાએ કાર ધીમી કરી. આમેય આજકાલ ટ્રાફિક ઘણો જ વધી ગયો હતો. બહુ સાચવીને ડ્રાઇવિંગ કરવું પડતું હતું. વિંડસ્ક્રિનમાંથી એની નજર દૂધિયા તળાવની પાળ પર કતારબંધ ગોઠવેલ નયનરમ્ય મૂર્તિઓ પર પડી. માટીમાંથી બનાવેલ જાતજાતની આકર્ષક મૂર્તિઓ પાળ પર ગોઠવેલ હતી.

"ગઈકાલે તો અહીં કંઈ નહોતું." વિચારી તૃષ્ણાએ કારને પાળની સહેજ નજીક લીધી, ઊભી રાખી, બારીનો કાચ ઉતારી કારમાંથી જ મૂર્તિઓ નિહાળવા લાગી. ચોમાસામાં પડેલ સારા વરસાદને કારણે તળાવ છલકાય રહ્યું હતું. પવનને કારણે એની જળરાશિમાં ધીમી ધીમી લહેરો ઊઠતી હતી અને શમી જતી હતી. તૃષ્ણાના મનની માફક જ હાસ્તો...! છેલ્લા કેટલાંય સમયથી એનું મન ડહોળાઈ ગયું હતું. એક ટીસ ઊઠતી હતી મનમાં... એક ડિઝાયર...! ગાડી શરૂ કરતા એનાથી મ્લાન હસાય ગયું.

ડિઝાયર એટલે શું....? ડિઝાયર તો એના હાથમાં હતી.

- ના...! એ તો એક રમકડું હતી એની કાર.

- એની ડિઝાયર તો અલગ હતી.

- એક અભિલાષા હતી કે જે એ કદી ય પુરી થવાની નહોતી. એક અમર મનીષા...! જે એ કદી ય પુરી શકવાની નહોતી...! એક સ્થિતિ જે અધૂરી રહેવા માટે જ સર્જાઈ હતી.

- ઓહ...! શા માટે મારે આમ વિચારવું જોઈએ...! એક મોટરસાયક્લ સવારને બચાવતા એણે હોર્ન મારીયો: લોકોમાં ટ્રાફિક સેન્સ ક્યારે આવશે...? એના વિચારનો પણ ગિયર બદલાયો.

- તૃષ્ણા...! તૃષ્ણા શાહ...! ચારેક વરસના મનોહર પ્રણય બાદ એનો અને તિમિરનો સુનહરો સંબંધ પ્રેમલગ્નમાં બદલાયો હતો. તિમિર અને એ કોમર્સ કોલેજમાં સાથે ભણતા હતા. તિમિર સ્કોલર હતો. ભણવામાં સદા અગ્રેસર. જ્યારે તૃષ્ણા અભ્યાસમાં ઠીક ઠીક પણ ઈતર પ્રવૃત્તિ, વક્તૃત્વ, અભિનય. સામાજિક સેવાના કામોમાં સદા અગ્રેસર. તિમિરનું ધ્યેય હતું ચાર્ટડ એકાઉન્ટન્ટ બનવાનું અને આજે એ હતો દક્ષિણ ગુજરાતમાં એક અવ્વલ નંબરનો ચાર્ટડ એકાઉન્ટન્ટ. ધીકતી પ્રેક્ટિસ હતી. લાખોની આવક હતી. લગ્ન થયા પછીના ચારેક વરસ તો ચાર પળની માફક સરકી ગયા હતાં. પરંતુ પછીથી એક એક પળ જાણે એક યુગ બની સમાન બની હતી. બનતી રહી હતી.

- તૃષ્ણા...! એક તરસ...!!

તૃષ્ણાના વિચારો અટકતા નહોતા.

- શું નામ પાડ્યું ફોઈબાએ....? "તૃષ્ણા...!" એને એનું નામ બહુ જ ગમતું, પસંદ હતું.

- પણ હવે..?

- એક તરસનો દરિયો તરીને જીવન પાર કરવાનું હતું. એવી તરસ કે જેનો કોઈ ઉપાય નહોતો. એક તરસ ઉછેરીને એ જીવી રહી હતી. પોતાના માતૃત્વની તરસ. સ્ત્રીત્વની તરસ. 'આઈ એમ સોરી...!' એક ઊંડો શ્વાસ લઈ ડૉ. કાપડિયા બોલ્યા હતાં. ડૉ. કાપડિયા ગાયનોકોલોજિસ્ટ હતા. સ્ત્રીરોગના નિષ્ણાત. તૃષ્ણાની માવજત ચાલતી હતી અને એના ટેસ્ટ, અલ્ટ્રાસાઉંડસ, એમઆરઆઈ વગેરેના સર્વ રિપોર્ટ્સ-રિઝલ્ટ્સ આવી ગયા હતાં.

'આઈ એમ સોરી...' બોલ્યા પછી ડોક્ટરે જે કંઈ ભારેખમ મેડિકલ ટર્મિનોલોજિમાં વાતો કરી એ શબ્દો જાણે તૃષ્ણાને સંભળાયા જ નહોતાં પણ એક વાતની પાક્કી સમજ પડી ગઈ કે એ કદી ય મા બની શકવાની નહોતી.

'પ...ણ ડૉક્ટર...' તિમિરે દલીલ કરી, 'મેડિકલ સાયન્સ આટલું આગળ વધી ગયું છે. ઈન

વિટ્રો... ટેસ્ટ ટ્યૂબ બેબી... સેરોગેટ્સ મધર કોઈ પણ ટેકનિક તો હશેને...! આમ તે... કંઈ... સાવ...?'

'સોરી...તિમિર...! સમટાઈમ સાયન્સ કેન નોટ હેલ્પ..! નો હોપ...! શી કેન નોટ બી એ મધર બાય હરસેલ્ફ...! શી હેસ...'

તૃષ્ણાને બન્ને હાથો વડે કાન ઢાંકી દેવાનું મન થઈ આવ્યું. આંખમાં આંસુનું ઝરણ આવીને જાણે અટકી ગયું. ડૉક્ટરની હાજરીમાં તો એ રડી ન શકી. પણ પછી ક્લિનિક પરથી ઘરે આવતા એ સતત રડતી રહી હતી. તિમિરે એને રડવા દીધી...! ક્યારેક અશ્રુનો જ સહારો કાફી હોય છે દુઃખના દરિયાને તરવા. અને બસ ત્યારથી હસતા ચહેરે અંદર અંદર એ રડતી રહી હતી.

તિમિરે ઘણી જ શાંતિ રાખી સમજપૂર્વક તૃષ્ણાને સાચવી લીધી. તૃષ્ણાને સંભાળી લીધી. છતાં ય તૃષ્ણા ક્યારેક બેચેન બની જતી. એક અધૂરી ઓરત સમજવા લાગતી પોતાને ત્યારે એ ગમગીન બની જતી. હતાશાની એક ગર્તામાં ડૂબકી મારી જતી.

'ડાર્લિંગ...! એ એક હકીકત છે. એમાં તારો કોઈ દોષ નથી. શું મારો પ્યાર કંઈ ઓછો છે તારા માટે...? કદી ય નહીં. મારો અને તારો પ્યાર એક શાશ્વત સત્ય છે. જો આપણે રાજી થઈ જે કંઈ છે એ સ્વીકારી લઈશું તો સુખી થશું. બાળક, આપણું બાળક હોવું જ જોઈએ એવું કોણે કહ્યું...? હા, હોય તો સારું પણ નથી તો પણ શું થઈ ગયું...?' તિમિરે એને સમજાવતો, બહેલાવતો. બન્ને બે સપ્તાહ માટે સ્વિટ્ઝરલેંડના પ્રવાસે ઊપડી ગયા હતાં. મૌન રહેતી તૃષ્ણા હસવાનો પ્રયત્ન કરતી પણ દિલ ખોલીને હસી શકતી નહોતી.

'મેં શું ગુનો કરેલ કે મને આ સજા મળી ?' રુદનને હ્રદયમાં દબાવી તૃષ્ણા બોલી 'અને મારે લીધે. આમ અધૂરાં બનીને જીવવાનું ?'

એના હોઠ પર હાથ મૂકી એને ચૂપ કરતા તિમિર બોલ્યો, 'કોણે કહ્યું તું અધૂરી છે? તું તો મધુરી છે.' તિમિરે એને એક પ્રગાઢ ચુંબન કરી કહ્યું, 'તું જેવી છે તેવી મારી છે. તારા દિવ્ય પ્યારની આગળ બાળક હોવું ન હોવું કોઈ ફેર નથી પડતો. ઊલટું મને મારા પ્યારમાં પૂરો હિસ્સો મળશે! હંડ્રેડ પરસેંટ લવ...! સાચો પ્રેમ. બસ, આ વાત તું મનમાંથી કાઢી નાખ. હું જાણુ છું. ઘણું જ અઘરું છે. આમ બોલવા જેટલું સહેલું નથી. પણ પ્રયત્ન કર અને જો તને બાળક જોઈતું જ હોય તો વી કેન ઍડપ્ટ અ ચાઈલ્ડ.'

'ના....! તિમિર...! એડપ્ટશનની વાત ન કર...! મારે કોઈનું અજાણ્યું બાળક દત્તક લઈને મારું નામ નથી આપવું. મારું મન એ નહીં માને. ન જાણે કેમ પણ ના. કોઈ ત્રાહિતના બાળકને મારું-તારું નામ આપવા માટે મારો જીવ મને ના પાડે છે. આઈ ડોન્ટ નો વ્હાઈ બટ

આઈ કેન નોટ ઍડપ્ટ ધ સ્ટ્રેઈજ ચાઈલ્ડ. મને ભગવાને કદાચ સજા કરી છે. કદાચ, ક્યાંક એ જ નિરમાયું હશે મારા જીવનમાં પણ મારે લીધે તું સંતાનવિહોણો રહે એ મને માફક ન આવે. હું જાણે તને કોઈ સજા કરી રહી હોય એવું મને લાગે છે.'

'બસ...! પત્યું તારું...?' સહેજ ખિન્ન થઈ તિમિર બોલ્યો.

'તું બીજા લગ્ન કરી લે.' એકી શ્વાસે તૃષ્ણા બોલી ગઈ.

'લો બોલી પડચા... તું બીજા લગ્ન કરી લે....!' તૃષ્ણાને ચાળા પાડતો હોય એમ તિમિર બોલ્યો, 'કેટલી આસાનીથી તું બોલી ગઈ...? બીજા લગ્ન કરી લે....! વ્હાઈ...? એ જરા ગુસ્સે થઈ ગયો, 'વ્હાઈ? તૃષ્ણા, શું મારા પ્યારમાં તને કોઈ ઊણપ લાગે છે...? વ્હાઈ...? તૃષ્ણા વ્હાઈ...?'

તૃષ્ણાએ તિમિરને પોતાના બાહોંમાં લઈ લીધો, 'એવું નથી ડિયર...! તારા પ્યારના સહારે તો ગમે તેવું અધૂરું જીવન ય મધુરું બની જાય. મને માફ કર. મારો ઇરાદો તને કે તારા પ્યારને ઉતારી પાડવાનો જરાય નથી. પણ....'

'પણ શું...?' તિમિરે તૃષ્ણાને ચુંબન કરતાં કહ્યું, 'હવે જો આ વાત ફરી કરી છે ને તો જોઈ લેજે...!'

બસ એ દિવસ પછી તૃષ્ણા-તિમિરે પોતાના સંતાનવિહોણા જીવન માટે અજંપો કરવાનું ધીરે ધીરે ઓછું કરી દીધું. તિમિર તો આમે ય એના ક્લાયંટ્સને કારણે વ્યસ્ત રહેતો. તૃષ્ણાએ પોતાની જાતને વિવિધ પ્રવૃત્તિઓમાં, ક્લબોમાં, સામાજિક સેવાઓમાં પ્રવૃત્ત કરી દીધી. આનંદમય રહેવાના દરેક નુસખા એણે અપનાવ્યા. લાયોનેસ ક્લબ, રોટરી ક્લબ વગેરેની એ સભ્ય બની ગઈ.

- પણ હાય રે સ્ત્રીત્વ...! દરેક સ્ત્રીના લોહીમાં સદાય વહેતા માતૃત્વના અમી ઝરણને એ કઈ રીતે, કેવી રીતે અલગ કરે એ? એક શારડી એની ભીતર હંમેશાં ચાલતી રહેતી જ એને કોરી રહી હતી.

બે-ત્રણ દિવસ બાદ સ્વિમીંગમાં જતા પહેલાં તૃષ્ણાએ એની કાર દૂધિયા તળાવની પાળ નજદીક ઊભી રાખી. એ પેલી હારબંધ ગોઠવેલી માટીની મૂર્તિઓ પાસે ગઈ. સરસ માટીકામ કરેલ નયનરમ્ય કલાકૃતિઓ હતી. આવી કલા બહુ ઓછી જોવા મળતી હોય છે. મોટેભાગે એ મૂર્તિઓ માટીમાંથી બનાવવામાં આવેલ હતી. મૂર્તિઓથી થોડે દૂર વડના વિશાળ વૃક્ષ નીચે વાંસ, ઘાસ અને પ્લાસ્ટિક પોલિથીલિનની મદદ વડે એક કામચલાઉ ઝૂંપડી બનાવવામાં આવેલ એમાં એ વણજારાનું કુટુંબ રહેતું હોય એમ તૃષ્ણાને લાગ્યું.

'આવો બુન...!' મોટી ઘરાકીની આશાએ ઝૂંપડીમાંથી બહાર નીકળી વણજારણે તૃષ્ણાને ઉમળકાભેર આવકારી. આમ કરવામાં અડચણરુપ એના ત્રણેક વરસના બાળકને એણે કેડેથી જમીન પર ઉતાર્યો.

'આ નટરાજ પાંચ હોના...! આ ગનપતિ બાપા ખાલી ચારહોના છે. ઈન્યાનની દેવી હો ચારહોની.' વણજારણ ઉત્સાહપૂર્વક વારાફરતી એક એક પ્રતિમા ઊંચકી ઊંચકી તૃષ્ણા સામે ધરી એની કિંમત બોલતી હતી. પરંતુ તૃષ્ણાને કોઈ મૂર્તિ પસંદ ન આવી.

'કેમ બુન...?' વણજારણે આંખે આડો હાથ દઈ જિજ્ઞાસાથી પૂછ્યું, 'કંઈ બી ની ગયમું?"

તૃષ્ણા મૌન રહી. મૂર્તિ પરથી ફરતી ફરતી એની નજર વણજારણના બાળક પર પડી. તગડું ગોલ-મટોળ બાળક જમીન પર બેસી માટી ખાઈ રહ્યું હતું.

'મારા રોયા... માટી ખાય સે...!' વણજારણે દોડીને બાળકને તેડી લીધું, 'માટી ખાય સે, મુઓ તો...!' બાળકના મોંમાં આંગળાં નાખી એ માટી કાઢવા લાગી. બાળક મોટેથી ભેંકડો તાણી રડવા લાગ્યું. બાળકના રુદનને સાંભળતા જ એક હલચલ મચી ગઈ તૃષ્ણાના મનમાં. છાતીમાં જાણે એક ટીસ ઊઠી આવી. એક ન સમજાય એવો વલોપાત થઈ આવ્યો એના મનમાં.

ઝડપથી ચાલીને તૃષ્ણા કારમાં બેસી ગઈ અને કારને પૂરપાટ દોડાવી મૂકી.

- ઓહ....!

તૃષ્ણાના દિલો-દિમાગમાંથી વણજારણનું એ બાળક હટતું નહોતું! તૃષ્ણાનો રોજનો રસ્તો હતો. દૂધિયા તળાવના એ વળાંક પાસે એની કાર સહજ ધીમી થઈ જતી. એની નજર પાળ પર ફરી વળતી. હજુ ય મૂર્તિઓ ગોઠવેલ હતી. હા, એની સંખ્યામાં વધારો-ઘટાડો થતો રહેતો હતો. ચારેક દિવસ બાદ ફરી તૃષ્ણા એ મૂર્તિઓ નિહાળવા માટે એની કારમાંથી ઉતરી. આજે તો એકાદ મૂર્તિ લેવી એવો એણે મનોમન નિર્ણય કરીયો હતો. વણજારણ એને ઓળખી ગઈ. દોડીને આવી. પણ આ વખતે એ કંઈ ન બોલી. નિર્લેપભાવે તૃષ્ણા મૂર્તિઓને જોવા લાગી. પણ એની નજર તો વણજારણના પેલા બાળકને શોધતી હતી.

'આ બધી મૂર્તિઓ તમે જાતે બનાવો ?' તૃષ્ણાએ વાતની શરૂઆત કરતાં કહ્યું.

'હો....તો...! મારો મરદ બનાવે, હું રંગ લગાવું. અમે તો બુન ગામે ગામ જઈએ. હુરતમાં પણ....' બાઈ એની વાતો ઉત્સાહથી કરવા લાગી.

તૃષ્ણાની નજર વણજારણ પર ફરી વળી. નાકમાં મોટી ચૂંક, કાનમાં મોટાં મોટાં કુંડલ અને નાની મોટી વાળીઓ, કપાળ પર ગાલ પર નાના-મોટા છૂંદાવેલ છૂંદણાઓ. તૃષ્ણાની નજર વણજારણના પેટ પર પડી. એના ઉદરમાં પણ એક મૂર્તિ ઘડાઈ રહી હતી. જીવંત મૂર્તિ...! ફાટેલ સાડલા વડે વણજારણે પેટ ઢાંકવાનો વ્યર્થ પ્રયત્ન કર્યો.

તૃષ્ણાના ચહેરા પર એક મ્લાન સ્મિત ફરી વળ્યું.

'મને જેવી જોઈએ એવી મૂર્તિ આમાં નથી.' સન ગ્લાસિસ પહેરતાં તૃષ્ણા બોલી.

વણજારણ સહેજ નિરાશ થઈ ગઈ, 'તમુને કેવી જોઈએ સે...?' કંઈક આશા સાથે એણે કહ્યું, 'મારો મરદ ઘડી દેહે.' કામચલાઉ બાંધેલ ઝૂંપડીમાંથી વણજારણનો છોકરો ડગું-મગું ચાલતો બહાર આવ્યો અને વણજારણના સાડલાનો છેડો પકડીને ઊભો રહેવા ગયો પણ પડી ગયો એટલે વણજારણે એને કેડે તેડી લીધો.

'મને જોઈએ એવી તારો હસબન્ડ.... આઈ મીન તારો ધણી ઘડી દેશે...?' બાળકને નિહાળતા જ તૃષ્ણાની નજર એના પરથી હટતી નહોતી. બાળક પણ એની માનાં સાડલાનો છેડો મોંમાં નાખી ચાવતા ચાવતા તૃષ્ણાને જોઈ રહ્યો હતો.

'હો...વ્વે...! એના આંગળાંમાં તો જાદુ સે...જાદુ..!' ગૌરવપૂર્વક વણજારણ બોલી.

'....તો પછી મને તારા આ છોકરા જેવી મૂર્તિ ઘડી દે...!' તૃષ્ણાથી અનાયાસ બોલાય ગયું.

વણજારણ એની આ માગણીને કારણે સહજ ચમકી ગઈ છતાં 'હારૂ....! એના જેવી જ અદ્દલ મૂર્તિ ઘડી દેહે....! પણ બુન...' અચકાતા અચકાતા વણજારણ બોલી, 'પૈહા જાજા થહે....! એનું બીબું નથીને...!'

'પૈસાની તું ફિકર ના કર...!' પાકીટમાંથી સો સોની દશ નોટ કાઢી તૃષ્ણાએ વણજારણ તરફ ધરતાં કહ્યું, 'આ લે..., હમણાં રાખ. હજાર છે. બીજા મૂર્તિ બની જાય પછી આપીશ. મને ગમવી જોઈએ. તારો આ ટેણિયો ઘૂંટણિયા કરતો હોય એવી મૂર્તિ ઘડવા કહેજે તારા હસબંડને. આઈ મીન તારા મરદને.'

પૈસા લેતા વણજારણ બોલી, 'ઈમાં તમારે કેવું નો પડે. અદ્દલ આના જેવી જ ઘડી દેહે!' ધંધો થવાથી વણજારણના ચહેરા પર તેજ છવાયું હોય એમ લાગ્યું.

તૃષ્ણાને, 'પાંચ છ દાડા પછી બુન તમે મારા આ બબલા જેવી જ મુરતિ લઈ જજો.'

એક સપ્તાહ પછી એક સાંજે તૃષ્ણા દૂધિયા તળાવ પરથી પસાર થતી હતી ત્યારે એની નજર રોજની જેમ તળાવની પાળ પર ફરી વળી. એ ચમકી ગઈ. વણજારાનું પેલું પરિવાર. પેલી તૂટેલ-ફૂટેલ ઝૂંપડી. પેલી કતારબંધ આકર્ષક મૂર્તિઓ. કંઈ જ નહોતું ત્યાં.... ખાલી-ખમ... ક્યાં ગયા ગયા તેઓ રાતોરાત....?! છેતરાવાની લાગણી થઈ આવી એને. એણે સહેજ ગુસ્સાથી તળાવની પાર પાસે કાર ઊભી રાખી એ કારની બહાર નીકળી. એણે જોયું તો સહેજ દૂર એક મૂર્તિ જેવું ગોઠવેલ કંઈક લાગતું હતું. એ વણજારણના છોકરાની મૂર્તિ હતી. એ એની નજીક ગઈ. એણે કહેલ તેવી જ અદ્દલ પરંતુ ત્યાં કોઈ દેખાતું નહોતું. ન તો બોલકી વણજારણ...! ન બાળક...! ન મૂર્તિઓ....!

તળાવના રોડની સામે પાર વિસ્તરેલી ઝૂંપડપટ્ટીમાંથી એક સ્ત્રીને બહાર નીકળતી નિહાળી; રોડ ક્રોસ કરી તૃષ્ણા સ્ત્રી પાસે ગઈ અને પૂછ્યું, 'આ મૂર્તિઓ બનાવવાવાળા ક્યાં ગયા?'

'અરે...! શું વાત કરું બેન ? તમને ખબર નથી?' પેલી સ્ત્રીએ વિસ્મયથી કહ્યું, 'આજે સવારે જ એમનો અઢી-ત્રણ વરસનો છોકરો આ તળાવના પાણીમાં ડૂબી ગયો એટલે એ લોકો જતાં રહ્યાં. એ ઔરત શું છાતી ફાડીને રડતી હતી બેન! કોણ જાણે આ તળાવ કેટલાનો ભોગ લેશે ?'

સ્તબ્ધ થઈ ગઈ તૃષ્ણા ! સાવ અવાક ! તળાવની પાળ પર પડેલ સવા શેર માટીની એ બાળમૂર્તિ જાણે એને પોકારી રહી હતી. લગભગ દોડતી એ કારમાં બેસી ગઈ. સ્ટિયરીંગ પર માથું મૂકી એ ધ્રૂસકે ધ્રૂસકે રડી પડી...! રડતી જ રહી...! રડતી જ રહી...! રડતી જ રહી...!

8
કહાં ગયે વો દિન

'ફીલ અપ રેગ્યુલર પ્લીઝ.' રૂટ ફિફ્ટીનના એક્સોન ગેસ સ્ટેશન (પેટ્રોલ પંપ) પર ભૂમિકાએ એની કાર હોન્ડા સિવિક પંપની બાજુમાં ઊભી રાખી, ડ્રાઈવર સાઈડનો પાવર વિંડો ઉતારી નમ્રતાથી કહ્યું અને એનો ક્રેડિટ કાર્ડ આપ્યો.

ગેસ સ્ટેશન પર કામ કરતા દાઢીવાળા એ પ્રૌઢે દર વખતની જેમ જ નોઝલ સિવિકની ગેસ ટેંકની અંદર મૂકી ગેસ ભરવા પંપ પર બટન દબાવી ભૂમિકાની કારના વિન્ડ સ્ક્રિન પર ગ્લાસ ક્લિનર છાંટી બ્રશ વડે એ વિન્ડ સ્ક્રિન સાફ કરવાની શરૂઆત કરી. ગેસ પણ ભરાય ગયો અને વિન્ડ સ્ક્રિન પણ ડાઘા વિનાનો ચોખ્ખો થઈ ગયો.

ભૂમિકા દરવખતે એ સફેદ દાઢી વાળા અંકલને કાળજીપૂર્વક વિન્ડ સ્ક્રિન સાફ કરતા જોતા વિચારતીઃ હાઉ ઓલ્ડ હી ઈસ? હાઉ કેરિંગ હી ઈસ?

ગેસ ભરાય જતા એણે નોઝલ બહાર કાઢી, પંપ પર ગોઠવી ગેસ ટેંકના ઢાંકણને બંધ કરી, ક્રેડિટ કાર્ડ ભૂમિકાને પરત કરતાં કહ્યું, 'થેન્કસ...'

એટલે ભૂમિકાએ હાથમાં પકડી રાખેલ બે ડોલર એ પ્રૌઢને આપ્યા.

ઉંમરને કારણે કે પછી પાર્કિન્સન્સને કારણે ધ્રૂજતા હાથે બે ડોલર લેતા પ્રૌઢે ગદગદિત થઈ થેન્ક યૂ કહ્યું. ભૂમિકાના ખ્યાલમાં આવ્યું કે એ અંકલની આંખ સહેજ ભીની થઈ ગઈ હતી.

જ્યારે જ્યારે ભૂમિકાની કારમાં ગેસ પુરો થઈ જતો, ત્યારે એ હંમેશાં એ જ ગેસ સ્ટેશન પર જતી. અને જો એ અંકલ હોય તો જ ગેસ ભરાવતી. ક્યારેક તો રૂટ ફિફ્ટીન પરથી એ પસાર થતી હોય અને અડધી ટાંકી ગેસ હોય અને જો એ અંકલ નજરે આવે તો અચૂક સિવિક વળી જતી. અને એ ગેસ ભરાવતી, વિન્ડ સ્ક્રિન સાફ થતો, અને બે ડોલર ભૂમિકા ભેટ આપતી.

ભૂમિકાના ડેડ ભૂમિકાને ઘણી વાર કહ્યું હતું, 'લિસન બેટા, ફીલ અપ યોર ટેન્ક એટ કોસ્ટકો. કોસ્ટકોનો ગેસ એઈટ ટુ ટેન સેન્ટ સસ્તો હોય છે. અને ગેસ પર તો થ્રી પરસન્ટ મનીબેક પણ છે.'

- ડેડને શું જાણ કે મની બેક કરતા જે ફીલિંગ બેક મળે એ પ્રાઇસલેસ હોય છે.

ભૂમિકા નર્સ હતી. ક્યારેક ક્યારેક તો એકધારા બાર-તેર કલાક કામ કરતી. થાકી જતી, પણ જ્યારે ગેસ સ્ટેશન પર નિયમિત અવિરત કામ કરતા એ અંકલને જોતી ત્યારે એનો થાક ઉતરી જતો. હજુ તો એ બાવીસ જ વરસની હતી. જ્યારે એ અંકલ સેવન્ટીની ઉપર તો હશે જ. તો પણ રોજ ઊભા રહી, એક પંપથી બીજા પંપ પર, એક કારથી બીજી કાર, ક્યારેક કડકડતી ઠંડી તો ક્યારેક સુસવાટા પવનમાં એમનું કામ કરતા રહેતાં. ચહેરા પર એ જ હાસ્ય સાથે, એ જ કાળજી સાથે તેઓ એમનું કામ કરતા રહેતાં.

પાનખરની શરૂઆત થઈ ગઈ હતી. વાતાવરણમાં ઠંડક વધી રહી હતી. પાનખર એટલે ઠંડા પવનની શરૂઆત. વહેલી સવારે પાંચ વાગે કામ પર જતા પહેલાં ભૂમિકાએ દર વખતની જેમ સિવિક એક્સોન ગેસસ્ટેશન પર ગેસ પુરાવવા ઊભી રાખી.

'હાય...! ગૂડ મોર્નિંગ.' બારીનો કાચ ઊતારી, ક્રેડિટ કાર્ડ આપતા કહ્યું, 'ફિલ અપ રેગ્યુલર પ્લીસ...!'

સહેજ ધ્રૂજતા હાથે પ્રૌઢે કાર્ડ લઈ પંપના કાર્ડ રિડરમાં કાર્ડ મૂકી ગેસ ભરવાની શરૂઆત કરી અને દર વખતની જેમ વિન્ડ સ્ક્રિન સાફ કરવાની શરૂઆત કરી. ભૂમિકા એ ધ્યાનથી જોયું કે અંકલ આજે કોઈ ગીત ગણગણતા હતા. એ ગીત એણે એના ડેડ સાથે કેનેડા જતી વખતે વારંવાર સાંભળ્યું હતું એટલે બરાબર યાદ રહી ગયું હતું.

ગીત હતું : "જાને કહાં ગયે વો દિન કહેતે થે તેરી રાહમેં નજરો કો હમ બિછાયેગે."

- અરે! આ તો ડેડનું ફેવરિટ ગીત ! ડેડ આ ગીત વિશે એને ઘણી ઘણી વાત કરી હતી. અને એ ગીતનું મુવિ 'મેરા નામ જોકર.' તો ડેડ સાથે બેસી એણે ઇંગ્લિશ સબ ટાઈટલ સાથે જોયું પણ હતું. ગમ્યું પણ હતું.

'આર યુ ફ્રોમ ઇન્ડિયા? ઇન્ડિઆસે હો સર..?' બે ડોલરને બદલે પાંચની ડોલરની નોટ ભેટ આપતા ભૂમિકાએ પૂછી જ લીધું. આમ તો એ ન પૂછત પણ આજે એ ખુદને રોકી ન શકી.

'હા... બેટા...' એ દાઢીવાળા પ્રૌઢે ભીના સ્વરે કહ્યું, 'આઈ નો યુ આર ઓલસો ફ્રોમ ઇન્ડિયા.

હિંદી સમજતી તો હોગી ! હમને તેરે ક્રેડીટ કાર્ડમેં તેરા નામ પઢ લિયા થા જબ તુમ પહેલી બાર આઈ થી. મેરી ગ્રાન્ડ ડોટર તેરી ઉંમર કી, સેઈમ એઇજ કી હી હોગી. અબ તો શાયદ તેરે જૈસી હી દીખતી હોગી.' પ્રૌઢની આંખ છલકાય ગઈ હતી, 'ઉસકો લાસ્ટ ટાઇમ દેખા થા તબ વો સાત સાલકીથી, જબ આઈ કેઈમ હીયર ફ્રોમ ઇન્ડિયા. અબ તો વો હમે ભૂલ ભી ગઈ હોગી....'

વહેલી સવારે ગેસ સ્ટેશન પર ખાસ ભીડ ન હતી. એટલે ભૂમિકા એની કારમાંથી બહાર નીકળી અને એ અંકલને લાગણીપૂર્વક ભેટી. ભૂમિકાની આંખ ભીની હતી તો અંકલની આંખેથી શ્રાવણ ભાદરવો વરસતો હતો.

(આ ભૂમિકા એટલે મારી વહાલી નાની દીકરી અને એનો ડેડ એટલે હું પોતે :
મની બેક શોધતો એક બાપ ! સત્ય ઘટના પર આધારિત.)